आचार्य गांगेय भीष्म

रा.वा. शेवडे गुरुजी

मेहता पब्लिशिंग हाऊस

ACHARYA GANGEYA BHEESHMA
by R.V. Shevade Guruji

आचार्य गांगेय भीष्म / कुमार साहित्य
रा.वा. शेवडे गुरुजी

प्रकाशक
सुनील अनिल मेहता
मेहता पब्लिशिंग हाऊस,
१९४१, सदाशिव पेठ, माडीवाले कॉलनी, पुणे ३०.
✆ ०२०-२४४७६९२४
E-mail : info@mehtapublishinghouse.com
Website : www.mehtapublishinghouse.com

मुद्रक
स्पेक्ट्रम ऑफसेट, डी-२/४, सत्यम इस्टेट,
सीडीएसएसच्या मागे, एरंडवणे, पुणे – ४११००४.

प्रथमावृत्ती
सप्टेंबर, २०१७

मुखपृष्ठ व आतील चित्रे
देविदास पेशवे

किंमत
₹ ९५

ISBN 9789386745347

माझे उत्साही, प्रेमळ व कष्टाळू व्याही

श्री. वा.के. तांदुळवाडीकर

आणि त्यांच्या सुपत्नी

सौ. इंदिराताई

यांना आदरपूर्वक अर्पण

उपोद्घात

एक उमदा, आकर्षक, तगडा युवराज शस्त्रसज्ज होऊन, आपल्या रथात बसून कालिंदी तीराने घाईघाईने चालला होता. त्याने काही मांडलिक आपल्या बरोबर घेतले होते. घोड्यांच्या टापांच्या आवाजाने आणि रथचक्रांच्या खडखडाटाने धरणी आणि आकाश निनादून जात होते. मजल दरमजल करीत ते चालले.

कोळीराजाने या महारथ्यांना दौडत येताना पाहिले. तो घाबरून गेला. त्याला वाटले, आपल्याला जिंकण्यासाठी कुणीतरी सेना घेऊन येत आहे. त्याची लाडकी कन्या सुगंधा सत्यवती तर घाबरूनच गेली. ती आपल्या पित्याच्या पाठीला बिलगून राहिली.

त्या उमद्या युवराजाने आपला रथ थांबविला. तो रथातून उतरला. मित्रांनाही रथातून उतरण्याचा त्याने आदेश दिला. चार पावले पुढे होऊन तो त्या कोळीराजाला काही विचारणार इतक्यात तो कोळीराजच म्हणाला,

"आपण कोण? आपल्याला काय हवंय? आपलं काय काम आहे?"

"घाबरू नका. आम्ही तुम्हाला त्रास देण्यासाठी आलो नाही. खास कामासाठी आलो आहोत. इथे कोळीराज कुठे राहतात, हे तुम्हाला माहीत आहे काय?"

"मीच तो कोळीराज!"

"मग हा गांगेय देवव्रत तुम्हास अभिवादन करीत आहे."

''हो! पण माझ्याकडे तुमचं काम काय आहे ते नाही सांगितलंत?''

''हस्तिनापूरचे शंतनू महाराज काही महिन्यांपूर्वी इथं आले होते.''

''अगदी बरोबर.''

घाबरून पित्याला बिलगलेली सुगंधा सत्यवती थोडी पुढे झाली आणि चाललेले संभाषण जिवाचे कान करून ऐकू लागली.

''त्यांनी तुमच्या मुलीला मागणी घातली होती.''

''हो! बरोबर आहे.''

''त्याच कामासाठी मी आलो आहे.''

''आमच्या अटी मान्य असल्याचं शंतनू महाराजांनी सांगितलं नाही, म्हणून तो विचार आता संपला आहे.''

''नाही, तसा तो संपू शकत नाही.''

''पण, आपण कोण?''

''मी शंतनू महाराजांचा सुपुत्र युवराज गांगेय देवव्रत.''

''बेटा, तुझं कल्याण असो.''

गांगेय देवव्रताने कोळीराजाचा आशीर्वाद नम्रतापूर्वक स्वीकारला आणि तितक्याच नम्रतेने तो म्हणाला,

''आणि आपल्या शेजारी उभ्या आहेत या कोण?''

''हीच माझी मुलगी सुगंधा सत्यवती. हिलाच शंतनू महाराजांनी मागणी घातली होती.''

''बरोबर आहे.''

''काय बरोबर आहे?''

''देवतेला शोभणारं रूप नियतीनं तुमच्या कन्येला दिलं आहे. त्या रूपाच्या दिव्यत्वाला मी मनोभावे नमस्कार करतो आणि आशा बाळगतो की, आदरानं यांना माताजी म्हणण्याचं भाग्य या गांगेय देवव्रताला लाभावं!''

''ते जाऊ द्या. तुमच्या कामाचं बोला.'' नकळत सुगंधा सत्यवती बोलून गेली.

''आपल्या अटी काय आहेत?''

''माझ्या?''

''छे छे, मी तुमच्या वडिलांना विचारलं.''

''त्याचं असं आहे युवराज, माझ्या कन्येच्या पोटी जो पुत्र जन्माला येईल त्याला

हस्तिनापुराची गादी मिळाली पाहिजे.''

''म्हणजे मी गादीवरचा माझा हक्क सोडायचा, असंच म्हणा की! दिला सोडून.''

''युवराज, युवराज, हे काय आपण भलतंच करीत आहात?'' बरोबर आलेले सारे मांडलिक नकळत उद्‌गारले. त्या उद्‌गारांकडे दुर्लक्ष करून युवराज गांगेय देवव्रत म्हणाला,

''कोळीराज, मग शंतनू महाराजांची मागणी आपणास मान्य आहे, असं मी समजावं का?''

कोळीराजाने सुगंधा सत्यवतीकडे पाहिले. निर्भयपणे एक पाऊल पुढे टाकीत आणि गांगेय देवव्रताकडे निश्चयी कटाक्ष टाकून ती म्हणाली,

''मुळीच नाही.''

''का बरं? आणखी काही शंका?''

''तू महाराजांचा वडील मुलगा. तू गादी नाकारलीस तरी उद्या तुझी मुलं गादीवर हक्क सांगतील. त्यांच्यात आणि माझ्या मुलांत युद्ध भडकेल. प्रजा आणि सेना तुमच्या बाजूनं उभी राहील. मग माझ्या मुलांनी कुठे जायचं?''

''माते, मी धन्य झालो.'' अत्यंत शांतपणे युवराज गांगेय देवव्रताने उत्तर दिले.

तो पुढे म्हणाला, ''तुझी अडचण माझ्या लक्षात आली. मी लग्नच करणार नाही; असं तुला वचन दिलं तर?''

''मग आमची काही हरकत नाही.'' कोळीराज आणि त्याची सुकन्या एकदम बोलून गेले.

''माते, पुरुषजातीविषयी एवढा अविश्वास आणि निष्ठुरता स्त्रीला शोभते का?''

मानी सुगंधा सत्यवतीची दृष्टी नकळत खाली आली.

''ते काहीही असो. माते, मी काय सांगतो ते ऐक–''

''तेजस्वी सूर्यापासून उत्पन्न झालेल्या तेहतीस कोटी देवांना साक्षी ठेवून, पवित्र गंगेची धवल पुण्याई मनात स्मरून, चंद्रवंशातल्या शंतनू महाराजांचा हा पुत्र गांगेय देवव्रत प्रतिज्ञा करीत आहे की, मी आजन्म ब्रह्मचारी राहीन. हस्तिनापुराची गादी माता सुगंधा सत्यवतीच्या पुत्राला देईन आणि जन्मभर तिच्या पुत्रांचा आणि हस्तिनापुराच्या गादीचा सांभाळ करीन.''

''माते, आता तरी झालं ना तुझं समाधान?''

गांगेय देवव्रताने आपली प्रतिज्ञा पूर्ण करताच आकाशातून सुगंधित पुष्पांची वृष्टी

झाली. त्या फुलांचा हवेत दरवळणारा सुगंध विरतो न विरतो, तोच वाहत्या वाऱ्याच्या झुळकीबरोबर आकाशवाणी झाली–

“हे गांगेय देवव्रता, अत्यंत कठीण अशी प्रतिज्ञा आज तू केली आहेस. आजपासून तू या जगतात गांगेय भीष्म म्हणून ओळखला जाशील. तुझी कीर्ती अजरामर राहील.”

सुगंधा सत्यवतीला आणि कोळीराजाला बरोबर घेऊन गांगेय भीष्म हस्तिनापुराला गेला.

कुमारांनो, महान पितृभक्त गांगेय भीष्म महाभारतात आपल्या वैशिष्ट्यांनी चमकून गेला. त्याचे जीवन जितके रंजक आणि प्रेरक आहे, तितकेच करुण आणि वंदनीय आहे. राजाच्या पोटी जन्माला येऊन तो राज्य करू शकला नाही. आजन्म ब्रह्मचारी राहून त्याला सावत्र आईचा संसार तिच्या नातवा-पणतवांपर्यंत सांभाळावा लागला. शस्त्रास्त्र विद्येत पारंगत असूनही नामुष्कीने त्याला पराभूत व्हावे लागले. अत्यंत मानी आणि ज्ञानी असूनही त्याच्या आज्ञा फारशा पाळल्या गेल्या नाहीत.

अशा या गांगेय भीष्माचे जीवन व्यास महर्षींनी मानवी जीवनाचा एक आगळावेगळा नमुना म्हणून चित्रित केले आहे. ते आपण समजून घेऊ या.

★★★

चंद्रवंशात शंतनू या नावाचा एक राजा होऊन गेला. तो शूर होता, तसाच प्रजाहितदक्ष होता. स्वत:च्या पराक्रमाने अनेक राजांना जिंकून त्याने मांडलिक केले होते. हस्तिनापूर ही त्याची राजधानी होती. राज्यकारभारात महामंत्र्यांची त्याला खूप मदत मिळत असे. कधी कधी तो महामंत्र्यांवर कारभार सोपवून शिकारीला जात असे.

असाच तो एकदा शिकारीला गेला होता. दुपारची वेळ होती. नदीकाठी एखाद्या चांगल्या झाडाखाली आपण विश्रांती घ्यावी असे त्याला वाटले. गंगा नदीच्या काठाने तो जाऊ लागला. तो काय आश्चर्य! नदीकाठी एका झाडाखाली एक सुंदर युवती बसलेली त्याला आढळली.

ती गौरवर्णीय होती. तिने शुभ्र वस्त्र परिधान केलेले होते. तिचे केस लांबसडक आणि काळेभोर होते. तिच्या सुंदर रूपावर राजा शंतनू मोहित झाला. त्याने तिच्याकडे निरखून पाहिले. तिच्या डोळ्यातून आसवे घळघळत होती. तशा त्या दुःखी चेहऱ्यातही ती राजा शंतनूला अधिक आकर्षक वाटली.

राजा शंतनू थोडा पुढे होऊन मृदू आवाजात म्हणाला,

''हे भाग्यवंत स्त्रिये, तू कोण आहेस?''

मान वर करीत शंतनूकडे पाहत ती उत्तरली,

''तुम्ही कोण? इथं का आलात? माझ्याकडे काय काम आहे तुमचं?''

''मी हस्तिनापूरचा राजा शंतनू आहे. या रानात मी शिकारीसाठी आलो आहे. अंमळ विश्रांतीला मी नदीकाठी आलो, इतक्यात तू दिसलीस. तुझ्या रूपावर मी मोहित झालो आहे.''

''मग मी स्वत:ला धन्य समजते.''

''मग तू माझ्याशी लग्न करशील का? ''

''खरं पाहता कोणत्याही पुरुषाशी लग्न करण्याचा माझा विचार नाही. पण...''

''पण काय?''

''एका अटीवर मी तुमचा स्वीकार करीन.''

शंतनूला अतिशय आनंद झाला. तो तिला म्हणाला,

''काय बरं तुझी अट?''

''मी जे काही करीन ते मी का करीत आहे, असं मला तुम्ही विचारायचं नाही.''

''आणि विचारलं तर?''

“तत्क्षणी मी तुम्हाला सोडून जाईन.”

“ठीक आहे. मी नाही विचारणार.”

गंगा शंतनूबरोबर गेली. हस्तिनापुरात त्यांचे थाटाने लग्न लागले. त्यांचा प्रेमाचा आणि सुखाचा संसार सुरू झाला. आपल्या महाराणीचे रूप आणि गुण पाहून हस्तिनापूरवासीयांना आनंद झाला.

कालांतराने गंगा गरोदर राहिली. तिला मुलगा झाला. ही आनंदाची बातमी राजा शंतनूला समजली. तो तिला भेटायला आला. तर ती ते नवजात बालक नदीत फेकून देत आहे असे भयानक दृश्य त्याला दिसले. आपल्या राणीच्या दुष्टपणाचा त्याला विलक्षण राग आला. तिला तो काहीतरी विचारणार, इतक्यात तिला दिलेल्या वचनाची त्याला आठवण झाली आणि त्याने आपला राग मनातच गिळून टाकला.

अशा प्रकारे आणखी एका वर्षाने त्याला दुसरा मुलगा झाला. त्याचीही तीच गत झाली. प्रतिवर्षी एक याप्रमाणे झालेल्या सात मुलांना गंगेने जन्मताच पाण्यात सोडून दिले.

ती आठव्यांदा गरोदर राहिली. ती बाळंत झाल्याची बातमी राजा शंतनूला कळताच तो लगबगीने धावत आला. आता त्याच्याने राहवेना. तो तिला म्हणाला,

“हे दुष्ट स्त्रिये, या पुत्राचा त्याग मी तुला करू देणार नाही.”

शंतनूचा रागीट चेहरा पाहून गंगा घाबरली नाही किंवा चिडली नाही. तिच्या सुंदर चेहऱ्यावर खिन्नतेची छटा उमटली. ती म्हणाली,

“पतिदेव, काय केलंत हे? मी तुम्हाला सांगितलं होतं ना की, मला काही विचारायचं नाही म्हणून!”

“निदान आपला एकतरी मुलगा जगावा, म्हणून मी वचनभंग केला.”

“होय, मग आता मला तुमच्या जवळ राहता येणार नाही. हा माझा मुलगा घेऊन मला गेलंच पाहिजे.”

राजा शंतनूला अतिशय दुःख झाले. तो तिला म्हणाला,

“तू जाणारच आहेस, तेव्हा पहिली सात मुलं तू गंगार्पण का केलीस, ते तरी सांगून जा.”

“होय महाराज, तेही मला सांगणं भाग आहे. कारण त्यामुळं तुमचा दुःखभार तेवढाच हलका होईल.”

गंगा सांगू लागली–

“मी मूर्तिमंत पवित्र गंगा. वसिष्ठमुनींच्या शापाने भ्रष्ट झालेले अष्टवसू मला शरण

आले. त्यांचा उद्धार करण्याचे मी ठरविले. नंदिनी कामधेनूला ज्यांनी प्रत्यक्ष त्रास दिला नाही, अशा सात वसूंना ते जन्मताच त्यांचा उद्धार करण्याचं मी वचन दिलं होतं. त्याप्रमाणे ते शाप भोगून स्वर्गाला गेले; पण ज्या आठव्या वसूनं त्या कामधेनूला यातना दिल्या, त्यांना मात्र पूर्णांशानं मनुष्यजीवन व्यतीत करणं भाग आहे. तो हा आठवा वसू मी माझ्याबरोबर घेऊन जात आहे. त्याचं नाव आपण देवव्रत ठेवू या. मी त्याचं उत्तम पालनपोषण करीन. त्याच्या उत्कृष्ट शिक्षणाची व्यवस्था करीन. ज्ञान, विज्ञानात आणि शस्त्रास्त्रकलेत त्याला पारंगत करीन आणि त्याला सुयोग्य समयी तुमच्या सुपूर्द करीन. तुम्हाला ज्या वेळी माझे स्मरण होईल, तेव्हा तुम्हाला माझे दुरून दर्शन घडेल आणि माझ्याजवळ असलेला हा आपला चिमणा गोंडस बाळही तुम्हाला दिसेल.''

असे सांगून त्या देवव्रताला बरोबर घेऊन गंगा अंतर्धान पावली.

★★★

राजा शंतनूने वचनभंग केला. आपल्या सुरेख सुंदर पत्नीला तो मुकला. त्याचे त्याला दु:ख झाले. त्याने राज्यकारभारात लक्ष घातले. नव्यानव्या स्वाऱ्यांची आखणी केली. पत्नीविरहाचे दु:ख तो विसरला. मधूनमधून त्याला आठवण येई ती राजकुमार देवव्रताची. देवव्रत वर्षाचा झाला असेल, दोन वर्षाचा झाला असेल, तीन वर्षाचा झाला असेल, असे त्याच्या मनात येत राहिले. पुढे त्याची हीही आठवण बोथट आणि पुसट झाली.

शंतनू पराक्रमाने राज्याला स्थिरता आणीत होता. सीमा वाढवीत होता. कारभाराने राज्यकोष भरत होता. दानधर्माने रिकामा होत होता.

राजा शंतनूला एकदा वाटले की, बऱ्याच दिवसांत आपण शिकारीला गेलो नाही, तरी आज जावे. नदीकिनाऱ्याने तो चालला; कारण पाणी पिण्यासाठी श्वापदे येतात; तथापि त्याला आज शिकार मिळाली नाही. तो विषण्ण झाला. विसाव्यासाठी एका झाडाखाली बसला. नदीकडे दूरवर बोट करून त्याचा सारथी त्याला म्हणाला,

''महाराज, पाहिलीत का गंमत?''

''का रे, सुमंत?''

''ते पाहा. नदीच्या पैलतीराहून कुणी एक कुमार शरसंधान करीत आहे, नदीचे पाणी अडवीत आहे, नदीची उंची वाढवीत आहे आणि पुन्हा एका बाणाने बंधारा फोडून तो ते पाणी पूर्ववत मोकळे करीत आहे.''

"अरे होय की!"

राजा शंतनूला अचंबा वाटला. हा चमत्कार पाहण्यासाठी त्या कुमाराच्या दिशेने तो चालला. कुमार आपल्या खेळातच दंग होता. कुमाराने पुन्हा शरसंधानाने नदीच्या पात्रात एक प्रचंड बंधारा उभा केला आणि आपल्या पराक्रमाकडे तो स्वत:च ऐटीत पाहू लागला. नकळत राजा शंतनूने अभिनंदनाची टाळी दिली. टाळीच्या आवाजाने त्या कुमाराची एकाग्रता भंग पावली. त्याचे लक्ष राजा शंतनूकडे गेले. त्याला शंतनूचा राग आला. शंतनूवर त्याने शरसंधान सुरू केले. शंतनूच्या भोवती त्याने एक बाणांचा कोट केला. शंतनूला बाण तर लागला नाही आणि त्या कोटातून बाहेर पडायला त्याला मार्ग उरला नाही. शंतनूचा सारथी सुमंत घाबरून गेला. तो ओरडला,

"महाराज, तुम्ही असे गप्प का?"

"अरे सुमंता, वेडा तर नाहीस? त्या कुमाराच्या कौतुकानं माझं मन कसं वेडावून गेलं आहे. आज माझा देवव्रत याच वयाचा आणि इतकाच सुंदर असेल."

देवव्रताच्या आठवणीने राजा शंतनूने एक उसासा टाकला.

इतक्यात ‘कुमार, कुमार’ म्हणून त्या कुमाराची आई तिथे आली. तिने शंतनूला ओळखले. ती लटक्या रागाने कुमारला म्हणाली,

“बेटा, तुझं शरसंधान परत घे. ते तुझे वडील आहेत. त्यांच्याबरोबर त्यांच्या राज्यात जाण्याची आता तुझी वेळ झाली आहे. तुझं सर्व शिक्षण उत्तम प्रकारे मी पूर्ण केलं आहे. मलाही आता या अशा स्वरूपात फार काळ राहता येणार नाही.”

मातेची आज्ञा होताच राजा शंतनूभोवती उभा केलेला बाणांचा कोट एक बाण मारून कुमाराने ढासळून टाकला आणि राजा शंतनूला मुक्त केले. कुमाराला घेऊन गंगा राजा शंतनूकडे आली. तिने त्याला वंदन केले. ती म्हणाली,

“पतिदेव, हा आपला मुलगा राजकुमार देवव्रत.”

“खरंच, याला पाहिल्याबरोबर हा देवव्रत असावा, अशी मला जी शंका येत होती, ती खरी ठरली. त्याच्या धनुर्विद्येनं मी थक्क झालो आहे.”

“पतिदेव, मी माझा शब्द पाळला. अमृततुल्य फलाहाराने मी त्याचं पोषण केलं आहे. वसिष्ठमुनींनी त्याला पवित्र विद्या दिली आहे. देवांचा गुरू बृहस्पती आणि राक्षसांचा गुरू शुक्राचार्य यांनी त्याला शस्त्रास्त्रविद्या शिकवून राज्यकारभारात निपुण केले आहे. शेवटी भगवान परशुरामाने त्याची परीक्षा घेऊन तो परिपूर्ण झाला असल्याचे सांगून त्याला मंगल आशीर्वाद दिले आहेत. आता हा आपला पुत्र आपण आपल्या पदरी घ्या आणि मला माझ्या मानवी अवस्थेतून मुक्त होऊ द्या.”

गंगेच्या अनुज्ञेने देवव्रत राजा शंतनूच्या स्वाधीन झाला. त्याने पिताजींना प्रणाम केला. राजा शंतनूने त्याला कुरवाळले. दोघांचे लक्ष गंगेकडे गेले.

समाधानाने गंगा अंतर्धान पावत असल्याचे त्यांना दिसले. राजा शंतनू देवव्रताला म्हणाला,

"चल बेटा देवव्रत, दुःख करू नकोस. तुझी आई गंगा होती. ती गंगेत विलीन झाली!"

त्या दृश्याने राजा शंतनूचे मन जड झाले. गांगेय देवव्रताला अश्रू अनावर झाले. तो हुंदके देऊ लागला. राजा शंतनू त्याला म्हणाला,

"तुझ्यासारख्या वीराला हा शोक शोभत नाही."

"पिताजी, बुद्धीचं समाधान झालं तरी हृदय रडल्यावाचून कसं राहील?"

★★★

गांगेय देवव्रताला बरोबर घेऊन राजा शंतनू हस्तिनापुराला आला. देवव्रताच्या सत्कारासाठी राजा शंतनूने एक मोठा दरबार भरविला. दरबाराला सर्व मांडलिक राजे आले होते. सर्व सेनाधिकारी आले होते. राजा शंतनूच्या आज्ञेने महामंत्रीजींनी गांगेय देवव्रताची प्रत्येकाकडे नेऊन ओळख करून दिली. देवव्रताच्या वागण्यावर, नम्रतेवर, रुबाबावर आणि सौंदर्यावर सारे दरबारवासीय खूष झाले होते. साऱ्यांच्याच मनात एकाच विचाराने घर केले, खरोखर या देवव्रताच्या वाट्याला येणारी ती उपवधू केवढी भाग्यवान असेल बरे? एकदोघांच्या मनात जाता जाता आपली मुलगी सुचवून जावे, असाही आततायी विचार येऊन गेला; पण विचाराप्रमाणे कृती थोडीच होते? गरिबांच्या मनोरथाप्रमाणे तो विचार त्यांच्या मनातच राहून गेला.

दरबार बरखास्त झाला. दरबारवासीय आपापल्या स्थानांकडे परतले.

महामंत्रीजींच्या समवेत राजा शंतनूने गांगेय देवव्रतास राज्यकारभाराचे धडे देण्यास सुरुवात केली. सेनाधिकाऱ्यांच्या संरक्षणाखाली एकदा तो सीमा भागात संचार करून आला. आडव्या आलेल्या काही स्वराज्यशत्रूंना त्याने कंठस्नानही घातले.

गांगेय देवव्रताची तयारी समाधानकारक चालली होती. राजपुरोहितांनी शंतनू महाराजांच्याकडे एक प्रस्ताव मांडला. ते म्हणाले,

"महाराज, एक सुचवू का?"

''जरूर सुचवा. निदान तुम्ही तरी संकोच बाळगण्याचं कारण नाही.''

''युवराज गांगेय देवव्रत आता मोठे झाले आहेत. त्यांना यौवराज्याभिषेक करून टाका.''

''हो, आता विचार करायलाच हवा.''

''साऱ्या प्रजेचेच मत मी बोलून दाखवीत आहे. आणि त्यांचे दोनाचे चार हातही करून टाका.''

''त्याची काही घाई नाही. यौवराज्याभिषेकाचा मात्र मी जरूर विचार करीन.''

राजा शंतनूने सर्वांचा सल्ला घेतला आणि मोठ्या थाटात गांगेय देवव्रताचा यौवराज्याभिषेक करून टाकला. हा सोहळा चार दिवस चालला होता. सर्वांना निमंत्रणे गेली होती, परत जाताना सर्वजण राजा शंतनूचा हेवा करीत गेले. राजपुरोहित आशीर्वाद देताना म्हणाले,

''युवराज, शंतनू महाराज आता वयस्क होत चालले आहेत. सर्व कारभार आता तुम्ही हाती घ्यायला हवा. महामंत्रीजी आणि सेनापती तुमच्या दिमतीला आहेतच. शंतनू महाराजांना विश्रांती घेऊ द्यात किंवा आपल्या आवडत्या शिकारीच्या नादात कालक्रमणा करू द्यात.''

राजपुरोहितांचा आशीर्वाद खरा ठरला. गांगेय देवव्रत मनापासून राज्यकारभारात लक्ष घालू लागला. राजा शंतनू राज्यकारभारातून जणू निवृत्त झाला. शिकारीसाठी तो नव्या नव्या वनात जाऊ लागला.

राजा शंतनू असाच एकदा शिकारीला गेला. त्याला सावज सापडले नाही. तो खिन्न झाला. तो थकला. तहानेने तो व्याकूळ झाला. कालिंदी नदीच्या काठी एका घाटाजवळ तो पाणी पिण्यासाठी गेला.

तिथे त्याला एक अवर्णनीय दृश्य दिसले की, चतुर्थीच्या चंद्रकोरीच्या आकाराच्या एका होडीत कुणी एक सुंदर कन्या हातात वल्हे घेऊन बसली आहे. प्रथम तिच्याकडे त्याने दुर्लक्ष केले; पण पाणी पिण्यासाठी तो दोन पावले पुढे गेला, तो गोड सुगंध दरवळलेला त्याला आढळून आला. तो सुगंध त्या सुंदर युवतीच्या दिशेकडून येत होता. त्या सुगंधाच्या मोहात त्याचे लक्ष त्या युवतीकडे गेले. तो सुगंध त्याच्या शरीर-मनात भरून गेला. आपले तारुण्य प्राप्त झाल्याचा त्याला भास झाला. तो त्या तरुणीवर अनुरक्त झाला. तो त्या युवतीकडे गेला. त्याने तिला विचारले,

''हे भाग्यशालिनी, तू कोण आहेस?''

“मी कोळीराजाची कन्या सुगंधा सत्यवती.”

“कुठे राहतात तुझे वडील?”

“ते पाहा ना, समोरून इकडेच येत आहेत ते.”

कोळीराजाने राजा शंतनूला यापूर्वी कधी पाहिले नव्हते. मात्र हा एक मोठा राजा असला पाहिजे एवढे मात्र त्याने जाणले. तो अदबीने राजा शंतनूला म्हणाला,

“महाराज, आपण कोण? आपणाला काय हवंय?”

“मी हस्तिनापूरचा राजा शंतनू.”

“महाराज, आपले कुशल असो!”

“ही मुलगी तुझीच आहे काय?”

“होय महाराज, हे रत्न या भाग्यवंताच्या पोटी जन्माला आलं आहे.”

“तुझ्या मुलीच्या रूपावर मी मोहित झालो आहे. रूपाप्रमाणे ती गुणवतीही असेल असं मी मानतो. तिच्याशी लग्न करण्याची माझी इच्छा आहे.”

“महाराज, हे कसं शक्य आहे?”

“का बरं?”

“आपण तर प्रौढ. त्या मानाने ती तरुण असली तरी लहानच. शिवाय आम्ही कोळी,

आपण क्षत्रिय.''

''पण तो विचार माझा आहे, तुझा नाही. मी तिला राणी करण्यास तयार आहे.''

''महाराज,'' सुगंधा सत्यवती धिटाईने म्हणाली, ''आम्ही कोळी जातीचे. आम्हाला ना शिक्षण ना संस्कार. माझं रूप गेलं म्हणजे तुम्ही कंटाळाल, माझा त्याग कराल, मग आम्ही गरिबांनी काय करायचं?''

''तसं होणार नाही, याची मी खात्री देतो.''

कोळीराजाच्या मनात आंधळ्या कन्याप्रेमाने उचल खाल्ली. तो म्हणाला, ''महाराज, माझ्या मुलीपासून होणाऱ्या मुलाला आपण गादी द्यायला तयार आहात काय?''

''हो. तसं असेल तर आम्ही विचार करू.'' सुगंधा सत्यवतीने वडिलांच्या म्हणण्याला दुजोरा दिला.

मोहवश झालेला राजा शंतनू भानावर आला. त्याच्या डोळ्यांसमोर गांगेय देवव्रताची तेजस्वी मूर्ती तरळू लागली. त्याला होकार देववेना आणि सुगंधा सत्यवतीचा मोहही सुटेना. राजा शंतनूने मान खाली घातली. सुगंधा सत्यवती आपल्या वडिलांच्या जवळ येऊन त्यांना बिलगली. सुगंध तिच्या अंगावरूनच येत होता, याची आता राजा शंतनूला खात्री पटली. त्या सुगंधाबरोबर सत्यवतीचा मोह त्याच्या मनात अनावर झाला.

राजा शंतनू काहीच बोलत नाही हे पाहून कोळीराज नम्रतापूर्वक पण निश्चयाने म्हणाला,

''महाराज, आपण येऊ शकता.''

अत्यंत जड मनाने राजा शंतनू हस्तिनापुराला परतला. त्याच्या मनाची ही सारी अस्वस्थ अवस्था त्याच्या सारथ्याने शांतपणे अवलोकन केली होती. वाटेत एक शब्दही न बोलता राजा शंतनूचा रथ सारथ्याने राजवाड्यात आणून सोडला.

★★★

राजा शंतनूने बराचसा राज्यकारभार युवराज देवव्रतावर सोपविला होता. सेनापती आणि महामंत्री यांच्या सल्ल्याने आणि सहकार्याने सारी प्रजा सुखी होती. त्याच्या राज्यात अस्वाभाविक असे दु:ख कुणाच्याही वाट्याला येत नव्हते. पाऊस वेळेवर पडत होता. विपुल धान्य पिकत होते. प्रजाजन आणि मांडलिक वेळेवर आणि भरपूर करभार देत होते.

आपल्या राज्यकारभाराचा आढावा दर चार दिवसांतून युवराज देवव्रत आपल्या वडिलांना अभिमानपूर्वक सांगत असे. राजा शंतनू मोठ्या अभिमानाने आणि कौतुकाने त्याच्या हकिगती ऐकत असे आणि त्याला प्रोत्साहन देत असे. अलीकडे राजा शंतनूला कशातच गोडी वाटत नाही अशी शंका युवराज देवव्रताला आली. त्याचे मन थोडेसे खट्टू झाले.

सीमेवर कुठेतरी टोळीवाल्यांचे आक्रमण झाल्याची बातमी त्याच्या कानी आली. एक सैन्यभाग बरोबर घेऊन तो बंदोबस्ताला गेला. आपली धनुर्विद्या त्याने पणाला लावली. टोळीवाल्यांना पळता भुई थोडी झाली. ही हकिगत आपण आपल्या वडिलांना सांगावी आणि त्यांच्याकडून कौतुक करून घ्यावे, अशी इच्छा देवव्रताला झाली. मोठ्या उत्साहाने आणि आतुरतेने राजवाड्यात आल्यावर तो वडिलांच्या महालाकडे गेला; परंतु प्रकृती बरीच बिघडल्यामुळे युवराज देवव्रताला भेटण्यास त्यांनी मनाई केली. खिन्न मनाने महालाच्या दरवाजावरच युवराज देवव्रत थबकला. महालातून राजवैद्य बाहेर येताना त्याला दिसले. तो राजवैद्यांना म्हणाला,

''महाराजांना काय झालं आहे?''

''काही कळत नाही; पण औषध सुरू आहे.''

''रोग कळत नाही. मग औषध कशावर देता?''

"काही मात्रा मन:शांतीसाठी असतात. रोग शारीरिक नाही, मानसिक आहे. महाराज खिन्न आहेत, निराश आहेत. मन उल्हसित झाल्याशिवाय त्यांना बरं वाटणं शक्य नाही."

देवव्रत तिथून परतला. महामंत्रीजींच्याकडे त्याने अधिक चौकशी केली. तेव्हा काही दिवसांपूर्वी शिकारीहून परत आल्यापासून महाराजांची प्रकृती बिघडली आहे आणि महाराज तर स्वत: काहीच सांगत नाहीत, असे त्याला समजले.

त्या रात्री युवराज देवव्रताला झोप आली नाही. महाराजांची परवानगी नसतानासुद्धा उद्या सकाळी त्यांच्या महालात जावयाचे आणि त्याच्या बिघडलेल्या मन:स्थितीचा छडा लावायचा असे त्याने ठरविले. इतक्यात त्याच्या मनात एक कल्पना चमकून गेली.

भल्या पहाटे तो उठला आणि राजवाड्याच्या बागेच्या कोपऱ्यात राहत असलेल्या शंतनू महाराजांच्या सारथ्याकडे जाऊन त्याने दरवाजा ठोठावला. सारथ्याने दार उघडले. तो म्हणाला,

"युवराज, एवढ्या भल्या पहाटे? आणि आपण?"

“होय, काही खास कारण निघालं, म्हणून आलो.”

“कोणतं बरं कारण?”

“महाराजांची प्रकृती बिघडली आहे. ते दिवसेंदिवस क्षीण होत चालले आहेत. राजवैद्य म्हणतात की, रोग शारीरिक नाही, मानसिक आहे. प्रधानजी म्हणतात की, शिकारीहून आले आणि त्यांची प्रकृती बिघडली. एखाद्या हिंस्र पशूनं महाराजांना जखमी तर केलं नाही?”

“छे, छे! असं कसं होईल? पण महाराजांच्या दुःखाचं कारण जर मी तुम्हाला सांगितलं–”

“का? थांबलास का?”

“तर महाराज माझ्यावर रागावतील.”

“तसं होणार नाही, याची मी खात्री देतो. माझ्यावर तरी विश्वास आहे ना तुझा?”

“आहे. पण–”

“महाराजांना बरं वाटावं, यासाठी तर माझी धडपड आहे. जर महाराज तुझ्यावर रागावले, तर ती जबाबदारी माझी.”

सारे काही ध्यानी येऊन युवराज देवव्रताला कोळीराज आणि त्याची कन्या सुगंधा सत्यवती यांची हकिगत सारथ्याने सांगितली. महाराजांच्या ती मनात भरली. ती त्यांना मिळाल्याशिवाय ते सुखी होणार नाहीत.

“मग त्यात एवढं काय कठीण आहे? तिला आवडत नसेल तर उचलून आणायची आणि तिला राणी करून टाकायची.”

“युवराज, हे मानवी जीवन इतकं सोपं आणि सरळ नसतं. तिनं सरळ महाराजांना अटी घातल्या. महाराजांना अटी मान्य नाहीत आणि अटी पूर्ण झाल्याशिवाय ती मिळत नाही.”

“एकूण महाराजांचं दुःख हे असं आहे म्हणायचं?”

“होय युवराज. म्हणून महाराज झुरणीला लागलेत.”

“बरं. पण त्या अटी कोणत्या?”

“सुगंधा सत्यवतीपासून महाराजांना होणाऱ्या मुलाला हस्तिनापूरची गादी मिळाली पाहिजे.”

“असं?”

“आणि महाराजांना तर हे मुळीच मान्य नाही.”

"हे सारथी, तू ही हकिगत मला सांगितलीस म्हणून मी तुला धन्यवाद देतो. तुझ्यावर महाराजांचा रोष होणार नाही आणि चुकून झाला तर–"

"आपण मला संरक्षण दिलं पाहिजे."

"अर्थातच. प्रसंगी प्राण पणाला लावून."

महामंत्रीजींना आणि सेनापतींना काहीच पत्ता लागू न देता युवराज देवव्रत काही मांडलिक राजांना बरोबर घेऊन, सुसज्ज रथात बसून सारथ्याने दिलेल्या पत्त्यावर कालिंदी नदीच्या काठाला कोळीराजाच्या वस्तीवर गेला. कोळीराज आपल्या नावेची दुरुस्ती करीत होता. त्याची कन्या सुगंधा सत्यवती त्याला मधूनमधून मदत करीत होती. घोड्यांच्या टापांमुळे आकाशात उडणाऱ्या धुरळ्याने आणि रथांच्या खडखडाटाने सुगंधा सत्यवतीचे लक्ष युवराज देवव्रताच्या आगमनाकडे गेले. तिने आपल्या वडिलांना त्याची जाग आणि जाण दिली.

राजा शंतनूने आपली अट मान्य केली नाही, तेव्हा सुगंधा सत्यवतीचे हरण करण्यासाठी बहुधा राजा शंतनूने फौज पाठविली असावी, असा कोळीराजाचा ग्रह झाला.

कोळीराज सावधानतेने उभा राहिला. त्याची कन्या सुगंधा सत्यवती घाबरून त्याला बिलगून उभी होती.

युवराज देवव्रत कोळीराजाजवळ आला. तो आणि मांडलिक रथातून उतरले. त्यांनी मोकळ्या मनाने विचारांची देवाणघेवाण केली. वडिलांच्या सुखासाठी प्रसंगी प्राणार्पण करण्याचीसुद्धा तयारी असणाऱ्या युवराज देवव्रताने कोळीराजाची अट मान्य केली. इतकेच नव्हे तर सुगंधा सत्यवतीच्या स्त्रीसुलभ शंकेचे निरसन करण्यासाठी त्याने घोर प्रतिज्ञा केली की–

''मी आजन्म ब्रह्मचारी राहीन. हस्तिनापूरची गादी माता सुगंधा सत्यवतीच्या पुत्राला देईन आणि जन्मभर मातेच्या आज्ञेत राहून तिला सुखसमाधान मिळेल, असे वर्तन ठेवून तिच्या पुत्रांचा आणि हस्तिनापूरच्या गादीचा सांभाळ करीन.''

युवराज देवव्रताला त्याच्या घनघोर प्रतिज्ञेमुळे पितृभक्त गांगेय भीष्म या नावानेच सर्व प्रजाजन संबोधू लागले.

★★★

गांगेय भीष्म सुगंधा सत्यवतीला हस्तिनापुराला घेऊन आला. त्याच्या पूर्वीच राजा शंतनूच्या कानावर त्याच्या पुत्राची घनघोर प्रतिज्ञा गेली होती. आजपर्यंत पितृऋण फेडण्यासाठी पुत्रांनी अनेक दिव्य केलेली उदाहरणे इतिहासात आणि पुराणात आढळतात; पण राजा शंतनूला गांगेय भीष्माने दाखविलेली पितृभक्ती जितकी अलौकिक तितकीच अवर्णनीय वाटली.

गांगेय भीष्म जेव्हा राजवाड्यात परत आला, तेव्हा राजा शंतनू त्याला सामोरा गेला. त्याने त्याला जवळ घेतले. त्याच्या मस्तकाचे अवघ्राण केले. त्याला कुरवाळले. वात्सल्याने त्याच्या पाठीवरून हात फिरवला. या सर्व प्रकाराने गांगेय भीष्म संकोचून गेला. तो आपल्या वडिलांना म्हणाला,

''पिताजी, मी माझं कर्तव्य केलं. त्याकरता इतकं कौतुक–''

''नाही वीरा, बाळा गांगेया, केवढं अलौकिक कृत्य तू केलं आहेस, याची साक्ष उद्याचा इतिहासच देईल. तू या राजा शंतनूला केवळ नवजीवन दिलं नाहीस, तर सुखासमाधानानं काही काळ घालविण्याचा मार्ग मोकळा करून दिलास. या मंगल चंद्रवंशात ज्या

पूर्वपुण्याईच्या जोरावर मला जन्म मिळाला आहे, त्या पुण्याईला स्मरून मी तुला असा आशीर्वाद देतो की, निसर्ग नियमांना धरून मनुष्याला जेवढे अधिकात अधिक आयुष्य प्राप्त होते, तेवढे आरोग्यसंपन्न आयुष्य तुला मिळेल आणि मृत्यूच्या स्वाधीन केव्हा व्हावयाचे, हेही तुझे तूच ठरवू शकशील, म्हणजे तू इच्छामरणी होशील.''

वडिलांच्या या वराने पितृभक्त गांगेय अधिकच संकोचून गेला. थोडासा गोंधळलाही; पण लगेच भानावर येऊन त्याने नम्रतापूर्वक पिताजींना वंदन केले. गांगेय भीष्म म्हणाला,

''पिताजी, आपल्या बोलण्यात माता सत्यवती केव्हाची उभी आहे, हे आपण विसरूनच गेलो.''

महामंत्रीजींनी सुगंधा सत्यवतीला आदरपूर्वक राजवाड्यात नेले. कोळीराजाची आणि त्यांच्याकडील मंडळींची उत्तम व्यवस्था ठेवली.

एका शुभमुहूर्तावर मोठ्या थाटामाटाने राजा शंतनू आणि सुगंधा सत्यवती यांचे लग्न लागले. या लग्नसमारंभाला देशोदेशीचे राजे निमंत्रणावरून आले होते. सुगंधा सत्यवतीचे अलौकिक रूप पाहून ते थक्क झाले. त्याहूनही गांगेय भीष्माची अघोरी प्रतिज्ञा समजताच त्यांना त्याचे साश्चर्य कौतुक वाटले आणि 'महान पितृभक्त गांगेय भीष्माचा विजय असो,' असा जयघोष करून सर्वजण आपापल्या राजधानीला परतले.

पहिल्याप्रमाणेच गांगेय भीष्म राज्यकारभार हाकू लागला. उरलीसुरली जबाबदारी महामंत्रीजींनी आणि सेनापतींनीच घेतली. राजा शंतनूच्या विवाहाप्रीत्यर्थ मोठा दानधर्म करण्यात आला. पुन्हा नव्या वर्षी योग्य वेळी पाऊस पडला. धनधान्य विपुल पिकले, प्रजेने वेळेवर करभार दिला आणि राजाचा खजिना पूर्ववत भरला.

अशा प्रकारे राजा शंतनूने दहा वर्षे मोठ्या सुखात आणि समाधानात सत्यवतीशी संसार केला. राजा शंतनू आता वयोवृद्ध झाला होता. त्याचे केस पिकले होते. त्याच्या गालावर सुरकुत्या आल्या होत्या. सुगंधा सत्यवतीपासून आपणास एकही पुत्र झाला नाही, याची त्याला खंत लागून राहिली. सुगंधा सत्यवतीने तर आपणास पुत्रप्राप्ती होणारच नाही, अशी समजूत करून घेतली. राज्यकारभारातून वेळ काढून रोज निदान एकदा तरी गांगेय भीष्म आपल्या माता-पित्यांचे क्षेमकुशल विचारीत असे. माता-पित्यांच्या मनातली खंत चतुर गांगेय भीष्माने त्वरित ओळखली. त्याच्याच वयाच्या असलेल्या माता सुगंधा सत्यवतीला मोठ्या पोक्तपणे त्याने धीर दिला. आपल्या माता-पित्यांसह गांगेय भीष्माने कुलदैवताची उपासना सुरू केली.

कुलदैवत प्रसन्न झाले.

माता सुगंधा सत्यवतीला पुत्रप्राप्ती झाली.

पुत्राचे नाव चित्रांगद ठेवण्यात आले. त्याचा नामकरणविधी मोठ्या थाटामाटात करण्यात आला. राजा शंतनूचा आनंद तर गगनात मावेना.

चित्रांगद दोन वर्षाचा असताना माता सुगंधा सत्यवती पुन्हा गरोदर राहिली. तिला आणखी एका पुत्ररत्नाची प्राप्ती झाली. त्याचे नाव विचित्रवीर्य ठेवण्यात आले. विचित्रवीर्याचा नामकरणविधीही थाटामाटात झाला. वृद्धापकाळी परमेश्वर कृपेनेच आपणास या दोन पुत्रांची प्राप्ती झाली आहे, असे समजून राजा शंतनूने सारा राजकोष दानधर्मात रिकामा करून टाकला. अतिथीजनांनी दानधर्माने संतुष्ट होऊन शंतनूराजाला मन:पूर्वक आशीर्वाद दिले.

हे दोन बाळराजे दिवसेंदिवस मोठे होऊ लागले. त्यांच्या मुंजी उरकण्यात आल्या. गांगेय भीष्माचा त्यांना विलक्षण लळा लागलेला पाहून माता सुगंधा सत्यवतीला समाधानाचे भरते आले. गांगेय भीष्म आपल्या सावत्र बंधूंच्या सर्वांगीण विकासाची घेत असलेली काळजी पाहून तो किती मोठ्या मनाचा आहे आणि उगाच आपण त्याला फाजील शंकेखोरपणाने अडचणीत टाकले, याचा तिला पश्चात्ताप झाला.

चित्रांगद बारा वर्षांचा झाला आणि विचित्रवीर्य दहा वर्षांचा झाला. त्यांनी दरबारवासीयांना आपल्या धनुर्विद्येचे प्रात्यक्षिक करून दाखविले आणि सर्वांकडून कौतुकास्पद शाबासकी मिळविली.

राजा शंतनूचे आता वय झाले होते. तो चांगलाच वृद्ध दिसत होता. अगदी सुयोग्य वेळी एके दिवशी वृद्धत्वामुळे त्याने इहलोकीची यात्रा संपविली.

गांगेय भीष्माने राजकुमार चित्रांगदामार्फत राजा शंतनूची सर्व उत्तरक्रिया करविली. माता सुगंधा सत्यवतीला आणि साऱ्या प्रजाजनांना हे विचित्र वाटले; परंतु निश्चयी आणि कर्तव्यकठोर भीष्मापुढे कुणाचेच काही चालले नाही.

असाच काही काळ लोटला. हस्तिनापुराची गादी कुणी चालवावयाची हा प्रश्न माता सुगंधा सत्यवती, महामंत्रीजी आणि सेनापती यांच्यापुढे पडला. राज्यकारभाराची धुरा गांगेय भीष्मानेच वाहावी, असे सर्वांना वाटत होते; परंतु वचनबद्ध गांगेय भीष्माला हा विचार सुचविण्याचे धाडस कुणासच झाले नाही. हे धाडस आता माता सुगंधा सत्यवतीने करण्याचे ठरविले.

अशीच एकदा संधी साधून ती गांगेय भीष्माला म्हणाली,

"हे गांगेय भीष्मा, महाराज आपणास सोडून गेले."

"होय माताजी, त्यामुळे तुझ्यावर दुःखाचा डोंगर कोसळला आहे."

"मी माझे दुःख गिळले आहे. मला काळजी राज्याची आहे."

"राज्य तर व्यवस्थित आहे. कुणाची कसलीच तक्रार नाही."

"बाळा, गांगेय भीष्मा, राजा नाही ते राज्य कसले? कुंकुमतिलकाशिवाय सौभाग्य असते का?"

''माते, तुझ्या म्हणण्याचा मी अर्थ नाही समजलो.''

''मग स्पष्ट सांगते तर. राजकुमार चित्रांगद वयाने लहान आहे. तू प्रौढ आहेस, समंजस आहेस, समर्थ आणि कार्यक्षम आहेस. आज मी तुला माझ्या वचनातून मुक्त करीत आहे. हस्तिनापूरच्या राज्यपदाचा तू स्वीकार कर आणि राज्यकारभार हाक.''

''माते, तुझ्या बोलण्याचा सर्व मथितार्थ माझ्या ध्यानी आला. माझ्यावरील तुझ्या ममतेबद्दल मी कृतज्ञ आहे. वचनात गुंतविणं सोपं असतं; पण मुक्त करणं अवघड असतं. कैकैयी मातेनं प्रभू रामचंद्राला वनात धाडले. भरताच्या आग्रहाने तो परत आला नाही; कारण रघुवंशातला एक कुलदीपक राजा म्हणून त्याला वचनाला जागायचं होतं. माझ्या वचनबद्धतेत हस्तिनापूरच्या चंद्रवंशाची शान आणि मान गुंतलेले आहे. वचनभंग करून माझा वंश मी कलंकित करणार नाही आणि माझ्या पितरांना नरकात ढकलणार नाही.''

चित्रांगदाच्या यौवराज्याभिषेकाचा समारंभ लवकरच उरकून टाकण्यात आला. राज्यकारभारात गांगेय भीष्म त्याला मदत करू लागला. माता सुगंधा सत्यवती, महामंत्रीजी आणि सेनापती त्यांच्या दिमतीला होतेच.

असाच काही काळ लोटला, युवराज चित्रांगद वयात आला, त्याला राज्याभिषेक करण्यात आला. राजकुमार विचित्रवीर्य आपल्या दोन्ही बंधूंच्या मार्गदर्शनाखाली राज्यकारभाराचे धडे गिरवू लागला.

राजकुमार चित्रांगद हस्तिनापुराचा राज्यकारभार फार उत्तम प्रकारे हाकू लागला.

★★★

हिमालयाच्या उत्तर सीमेवर पठारी आणि उंच जंगली प्रदेशात देव आणि दानव यांचे तुंबळ युद्ध सुरू झाले. देवांच्यापेक्षा दानवांचे संख्याबळ मोठे होते. देवांच्या समोरासमोर दानव लढा देत, तेव्हा देवांचा विजय होई; पण आपल्या संख्याबळाच्या जोरावर दानवांनी देवांना घेरायला सुरुवात केली आणि मग देव पराभूत होण्याच्या बेताला आले. त्यांनी परशुरामाला मदतीसाठी बोलावले. गांगेय भीष्माला बोलवा, असा पोक्त सल्ला देऊन परशुराम तपश्चर्येला निघून गेला.

इंद्राने सारथ्याबरोबर आपला रथ पाठवून गांगेय भीष्माला निमंत्रित केले. चित्रांगदासह सर्वांनी त्वरित मदतीस जावे, असा सल्ला दिला. इंद्राच्या रथात बसून, सर्वांचा प्रेमळ निरोप घेऊन आपल्या आयुधांसह धनुर्धारी गांगेय भीष्म देवेंद्राकडे गेला. गांगेय भीष्माने

दानवांच्यावर शरसंधान सुरू केले. दानवांच्या फळ्यांमागून फळ्या मोडून काढल्या. 'हा कोण अचाट वीर' असे म्हणत उरलेल्या दानवांनी रणांगणातून पळ काढला.

दरबारात देवेंद्राने गांगेय भीष्माचा सत्कार आयोजित केला. सत्कार समारंभ सुरू होण्याच्या आतच नवी मदत घेऊन दानव चाल करून येत आहेत; अशी देवांच्या गुप्तहेरांनी बातमी आणली. सत्कार समारंभ टाकून गांगेय भीष्म पुन्हा दानवांच्यावर चालून गेला. आपल्या धनुर्विद्येचे चापल्य आणि कौशल्य त्याने पुन्हा एकदा प्रकट केले. पुन्हा दानव चाल करून येण्याचे धाडस करणार नाहीत, असे देवेंद्राला वाटले आणि त्याने गांगेय भीष्माचा सत्कार करून त्याला निरोप दिला. देवेंद्र म्हणाले,

"गांगेय भीष्मा, आम्हा देवांची तू आज लाज राखलीस."

"देवेंद्रा, तुमच्यासारख्यांनी असे बोलू नये. तुम्हालाच हा चमत्कार माझ्या हातून करवून घ्यायचा होता, असं मी मानतो."

"हा तुझा विनय झाला."

"आणखी चार दिवस इथं राहावं म्हणतो."

"आमची काहीच हरकत नाही."

"कारण या दुष्ट दानवांचा काही नेम नाही. पुन्हा नवीन कुमक घेऊन येतील."

असे गांगेय भीष्माचे आणि देवेंद्राचे बोलणे चालू असतानाच घाबरत घाबरत हस्तिनापुराहून एक दूत तिथे आला. गांगेय भीष्माला नमस्कार करून म्हणाला,

"महाराज, घात झाला!"

"काय झालं रे?"

"राजकुमार चित्रांगद मारले गेले."

"मारले गेले? हे असं कसं घडलं?"

"आपण देवांच्या मदतीला गेल्याचे समजताच चित्रांगद गंधर्वाने हस्तिनापुरावर स्वारी केली. माझे नाव धारण करणारा हा कोण नकली चित्रांगद असे म्हणून त्याने कुरापत काढली. राजकुमार चित्रांगदांना क्रोध अनावर झाला. सेनापतींना त्यांनी हुकूम दिला आणि स्वत: सेनेसह चाल करून गेले. घनघोर युद्ध झाले. चित्रांगद गंधर्वाचा जवळ जवळ पराभवच झाला होता; पण त्याचा एक बाण राजकुमार चित्रांगदांच्या वर्मी लागला आणि रणांगणावर ते तत्काळ गतप्राण झाले. माता सत्यवती आणि सारे हस्तिनापूर शोकसागरात बुडून गेले आहे. आपण त्वरेने चलावे."

गांगेय भीष्माने देवेंद्राचा निरोप घेतला आणि तो लगबगीने हस्तिनापुराला आला. माता

सुगंधा सत्यवतीचे सांत्वन करता करता त्याला नाकी नऊ आले. वेळ न दवडता यथासांग यथाविधी राजकुमार विचित्रवीर्याकडून चित्रांगदाचा अंत्यविधी उरकून टाकला.

असेच काही महिने निघून गेले. पुन्हा राजा कोण, हा प्रश्न निर्माण झाला. सर्वांनी गांगेय भीष्माने राज्याची धुरा वहावी असे ठरवले; पण हा प्रस्ताव त्यांच्यापुढे मांडण्याचे धाडस कुणासच झाले नाही. तसा आता राजकुमार विचित्रवीर्य लहान राहिला नव्हता. आपल्या मातेची आणि प्रधानमंत्रीजींची इच्छा त्याने ओळखली. एके दिवशी सकाळी लवकर उठून तो भीष्माकडे गेला. तो म्हणाला,

''दादा, तुमच्या या लाडक्या बंधूचा प्रणाम स्वीकारा.''

''बेटा, आज सकाळीच बरं येणं केलंस?''

''दादा, मी मुद्दाम आलो.''

''ते का बरं?''

''सर्वांच्या मनातली एक गोष्ट तुम्हाला सांगायचीय; पण सारे घाबरतात तुम्हाला.''

''कुठली बरं गोष्ट?''

''तीच तर मी तुम्हाला सांगायला आलो आहे. ''

''बेटा विचित्रवीर्या, मोकळ्या मनाने सांग.''

आणि विचित्रवीर्याने राज्याची धुरा सांभाळण्याची गांगेय भीष्माला कळवळून विनंती केली. गांगेय भीष्माने त्याची समजूत घातली. तो म्हणाला,

''बेटा, मी एका प्रतिज्ञेने बद्ध झालो आहे, हे आता साऱ्यांनाच माहीत आहे. म्हणून हस्तिनापूरचा राजा तू होणं तुला भाग आहे. तुला घाबरण्याचं काहीही कारण नाही. अरे, मी नव्हतो म्हणून राजकुमार चित्रांगद मारला गेला. मी तुला आश्वासन देतो की, तुला सोडून मी कुठं, कधी जाणार नाही.''

नाइलाजाने विचित्रवीर्याला राज्याभिषेक करण्यात आला आणि हस्तिनापूरचे राज्य पूर्ववत व्यवस्थित चालू झाले.

असाच काही काळ लोटून गेला. विचित्रवीर्य वयाने वाढू लागला. भीष्माच्या चेहऱ्यावर प्रौढत्वाच्या छटा दिसू लागल्या. एकदा माता सुगंधा सत्यवतीने विचित्रवीर्याच्या लग्नाचा विषय गांगेय भीष्माजवळ काढला. त्या काळामध्ये मुलगी स्वयंवरात जिंकावी लागत असे किंवा आपणहून मुलीकडच्यांना मागणी घालावी लागत असे. कुणी स्वयंवर मांडले नाही किंवा विचित्रवीर्याला कुणी मुलगी देऊ केली नाही.

सर्वांचा काही काळ मोठ्या चिंतेत गेला; पण एके दिवशी काशीराजाचा एक खास दूत

गांगेय भीष्माकडे आला. तो म्हणाला,

''काशीराजाच्या तीन मुली अंबा, अंबिका आणि अंबालिका यांचे त्यांनी स्वयंवर मांडले आहे. निमंत्रण देण्यास उशीर होतो आहे. आपण लवकर यावे. आर्यावर्तातील देशोदेशीचे राजे एव्हाना उपस्थित झालेही असतील.''

गांगेय भीष्माला अशा प्रकारे आमंत्रण देऊन काशीराजाचा दूत निघून गेला. माता सुगंधा सत्यवती खिन्न झाली. ती गांगेय भीष्माला म्हणाली,

''बाळा, आमंत्रण तुला आहे. विचित्रवीर्याला नाही. ''

''होय माते, ते मी जाणतो आणि राजधर्महीही मी पूर्णपणे जाणतो.''

''म्हणजे तुझ्या बोलण्याचा अर्थ काय?''

''राजधर्म सांगतो की, धाकट्या भावासाठी मोठा भाऊ स्वयंवर मंडपातील राजकन्येला जिंकून आणू शकतो.''

सुगंधा सत्यवतीला अत्यानंद झाला. वेळ न दवडता गांगेय भीष्म शस्त्रसज्ज होऊन रथावर आरूढ झाला व काशी नगरीच्या दिशेने चालला.

काशीनगरीत देशोदेशीचे राजे आधीच येऊन दाखल झाले होते. स्वयंवर मंडप सुशोभित केला होता. सर्व राजे आसनस्थ झाले होते. काशी राजाच्या तीन रूपवती आणि गुणवती कन्या– अंबा, अंबिका आणि अंबालिका– यांना स्वयंवर मंडपात आणले गेले. काशीराजाने ग्वाही दिली,

"राजे लोकहो, व्यवस्थित आसनस्थ व्हा. माझ्या राजकन्या इथे उपस्थित झाल्या आहेत. त्या या मंडपातून फेरी घालतील. तुमच्या रूप-गुणाचे वर्णन त्यांना ऐकविण्यात येईल आणि ज्यांचा योग असेल त्याच्या गळ्यात त्या माळ घालतील."

काशीराजाचे भाषण संपते न संपते तोच रथाचा प्रचंड खडखडाट सर्वांच्या कानी आला. त्यांचे लक्ष स्वयंवर मंडपाकडे गेले. आकाशात धुरळा उडालेला त्यांना दिसला. तोच एक दूत धावत काशीराजाकडे येऊन म्हणाला,

"महाराज, हस्तिनापूरचे पराक्रमी राजकुमार गांगेय भीष्म स्वयंवर मंडपाकडे येत आहेत."

काशीराजा गांगेय भीष्माच्या स्वागताला लगबगीने गेला. गांगेय भीष्माला पाहून सर्व राजे आपापसात कुजबुजू लागले,

– आजन्म ब्रह्मचारी राहण्याची प्रतिज्ञा घेतलेल्या गांगेय भीष्माचं इथं काय काम?

– हा थेरडा इथं कशाला आलाय?

– त्यानं इथं यायलाच नको.

– काशीराजाने त्याला बोलवायलाच नको होतं.

– बोलावलं तरी या मूर्खाला अक्कल नको होती का?

स्वयंवर मंडपाच्या तोंडाला आपला रथ उभा करून गांगेय भीष्म रथातून खाली उतरला. सर्व राजे लोकांच्याकडे त्याने दृष्टिक्षेप टाकला. उपहासाने सारे खिदळत आहेत असे त्याला दिसले. त्याने अंबा, अंबिका आणि अंबालिका या राजकन्यांकडे पाहिले. त्यांनीही त्याला पाहून नाके मुरडली. राजांच्या उपहासाने रागावलेला गांगेय भीष्म राजकन्यांच्या नाके मुरडण्याने अधिकच चिडला. त्याचा क्रोध अनावर झाला. त्याने तीन बाण सोडले. ते तीन बाण सभामंडपात गरगर फिरू लागले. राजेलोक त्यामुळे चित्रासारखे जाग्यालाच खिळून बसले. वेळ न दवडता गांगेय भीष्माने त्या तिन्ही राजकन्यांना आपल्या रथावर घातले आणि रथ काशीनगरीबाहेर हाकलला.

काशीनगरी ओलांडून एका मोकळ्या मैदानावर गांगेय भीष्माने आपला रथ थांबविला आणि त्याने मागे वळून पाहिले.

काशीराजाच्या प्रोत्साहनाने सारे राजे गांगेय भीष्माबरोबर लढण्यासाठी चाल करून येत होते. गांगेय भीष्माने त्यांना आपल्या धनुर्विद्येचे कौशल्य दाखविले. त्याने बाणांमागून बाण सोडले. त्याने जखमी कुणालाच केले नाही; पण त्या बाणांनी कुणाचे मुकुट उडाले, कुणाच्या रथाची चाके मोडली, कुणाचे अश्व मारले गेले. आणि कुणाच्या वस्त्राजवळून

बाण गेल्यामुळे आपण विवस्त्र तर होणार नाही ना, अशी त्यांना शंका आली.

सारे राजे पराभूत झाले आणि पळून गेले.

रथातल्या राजकन्यांना गांगेय भीष्माने धीर दिला. तो म्हणाला,

"मुलींनो, घाबरू नका आणि काळजी करू नका. मी तुमच्याशी लग्न करणार नाही; कारण माझी प्रतिज्ञा तुम्ही पूर्वीच ऐकली असेल. मात्र धर्मशास्त्राला अनुसरून माझ्या धाकट्या भावासाठी– विचित्रवीर्यासाठी– मी तुमचे हरण केले आहे. आता तुम्ही मोठ्या सन्मानाने हस्तिनापूरचे राज्ञीपद उपभोगणार आहात."

अशा प्रकारे अंबा, अंबिका आणि अंबालिका यांचे सांत्वन करून त्यांच्यासह गांगेय भीष्माने आपला रथ सुरक्षित हस्तिनापुराला नेला.

★★★

काशीराजाच्या अंबा, अंबिका आणि अंबालिका या तिन्ही राजकन्यांना घेऊन गांगेय भीष्म हस्तिनापुरात आला. त्याने राजवाड्यात प्रवेश करून त्या तिन्ही राजकन्यांना माता सुगंधा सत्यवतीच्या स्वाधीन केले. सुगंधा सत्यवती म्हणाली,

"हे गांगेय भीष्मा, या तीन राजकन्या तू कुणासाठी आणल्यास?"

"अर्थातच राजकुमार विचित्रवीर्यासाठी."

इतक्यात त्या तिन्ही राजकन्यांपैकी वयाने वडील असलेली अंबा, माता सुगंधा सत्यवतीला नम्रतापूर्वक वंदन करून म्हणाली,

"माताजी, माझी एक विनंती आहे."

"ती कोणती?"

"माझ्या बहिणींच्याबरोबर माझे हरण करण्यात माझ्यावर अन्याय झाला आहे."

"मला पटवून देशील, तर तुला न्याय मिळेल."

अंबेचे भाषण ऐकून गांगेय भीष्म गोंधळूनच गेला. ती काही तरी बोलणार, इतक्यात माता सुगंधा सत्यवती गांगेय भीष्माला म्हणाली,

"थोडं थांब. राजकुमारी अंबेला तिचं मनोगत स्पष्ट करू दे."

अंबेला धीर आला. काहीशा धिटाईने ती सांगू लागली,

"माते, मी मनानं शाल्व राजाला वरले आहे. त्याचेही माझ्यावर प्रेम आहे. स्वयंवर मंडपात तो उपस्थित होता. मी वरमाला त्याच्या गळ्यात घालणार होते."

“असे जर असेल तर–” गांगेय भीष्म पुढे सांगू लागला, “तुझ्या या दोन बहिणींचे राजकुमार विचित्रवीर्याबरोबर लग्न लावल्याबरोबर सुरक्षित आणि सन्मानपूर्वक तुझी रवानगी मी शाल्व राजाकडे करीन.”

हे भीष्माचे भाषण ऐकून माता सुगंधा सत्यवती म्हणाली,

“हे गांगेय भीष्मा, अंबालिकेचा विवाह राजकुमार विचित्रवीर्याशी लावून अंबिकेशी जर तू लग्न करशील तर दुधात साखरच पडेल.”

“माते, माझी प्रतिज्ञा तुला ठाऊक नाही का? आणि मग पुन:पुन्हा मोहात मला का बरं गुंतवू इच्छितेस? तसे कदापिही होणार नाही.”

मोठ्या थाटामाटात अंबिका आणि अंबालिकेचे लग्न राजकुमार विचित्रवीर्याशी लागले. राजकन्या अंबेने आपल्या बहिणींचा निरोप घेतला आणि गांगेय भीष्माच्या अनुज्ञेने ती मोठ्या खुषीत राजा शाल्वाकडे गेली.

गांगेय भीष्म आणि माता सुगंधा सत्यवती आता वयस्क झाले होते. धर्ममोक्षाच्या मननात आणि चिंतनात ते काळ व्यतीत करीत होते. भीष्माचे सखोल धर्मज्ञान पाहून माता सुगंधा सत्यवती चकित होत होती.

यथावकाश राजकुमार विचित्रवीर्याला अंबिकेपासून धृतराष्ट्र नावाचा एक पुत्र झाला. तो जन्मत:च अंध होता. थोड्याच दिवसांत अंबालिका गरोदर राहून तिला पंडू नावाचा पुत्र झाला. पंडू जन्मापासून अशक्त व काहीसा निस्तेज होता. याच सुमारास राजवाड्यातील गरोदर असलेल्या दासीस पुत्ररत्नाची प्राप्ती झाली. त्याचे नाव विदुर ठेवण्यात आले. विदुर हा रूपगुणांनी मोठा आकर्षक आणि तरल बुद्धिमत्तेचा होता.

गांगेय भीष्म आणि माता सुगंधा सत्यवती यांच्या मार्गदर्शनाखाली दोन्ही राजकुमार आणि दासीपुत्र विदुर योग्य दिशेने विकास पावत होते. हळूहळू ते मोठे झाले. शस्त्रास्त्र विद्येत आणि धर्मशास्त्रात ते प्रवीण झाले. अशा रीतीने हस्तिनापुराच्या राजवाड्यात आनंद दुथडी भरून वाहत होता;

पण नियती मोठी विचित्र असते. तिला एखाद्याचे सुख फार काळ पाहवत नाही. राज्याचा फेरफटका करून राजकुमार विचित्रवीर्य राजवाड्यात परत आला आणि अल्पशा आजाराने त्याचे निधन झाले.

प्रजाजन हळहळले. माता सुगंधा सत्यवतीच्या दु:खाला तर पारावार उरला नाही.

मुले लहान होती. माता सुगंधा सत्यवती गांगेय भीष्माच्या मार्गदर्शनाखाली कार्यक्षमतेने राज्यकारभार करू लागली. कालांतराने राजवाड्यातील ही तीन मुले मोठी

झाली. धृतराष्ट्राला राज्याभिषेक करण्यात आला. राजकुमार पंडूची सेनापती म्हणून नेमणूक झाली आणि विदुर महामंत्री झाला. अशा प्रकारे या राजकुमारांच्या मध्ये काही किरकोळ दोष असले तरी एकंदरीत हस्तिनापूरचा राज्यकारभार सुरळीत चालला. हे राजकुमार मोठे झाले आणि माता सुगंधा सत्यवतीपुढे त्यांच्या लग्नाचा प्रश्न उभा राहिला. अंबिका आणि अंबालिका यांच्या सल्ल्याने गांधार देशाची कन्या गांधारी धृतराष्ट्राला करण्यात आली. वसुदेवाची बहीण कुंती पंडूराजाला देण्यात आली. मद्र देशाची राजकन्या माद्रीचेही पंडूराजाशी लग्न लावण्यात आले. गुणशीलवती विदुला विदुराला देण्यात आली. अशा प्रकारे हस्तिनापुरात चंद्रवंश वाढू लागला. धृतराष्ट्रापासून गांधारीला शंभर पुत्र आणि एक कन्या झाली. मोठा दुर्योधन, नंतर दुःशासन आणि मुलगी दुःशला. कुंतीपासून पंडूला तीन पुत्र झाले. युधिष्ठिर, भीम आणि अर्जुन त्यांची नावे. माद्रीला जुळे झाले. नकुल, सहदेव ही त्यांची नावे. जुळ्याला जन्म दिल्यानंतर रानात शिकार करीत असता पंडूराजा निधन पावला आणि त्याच्याबरोबर माद्री सती गेली. धृतराष्ट्र राज्यकारभार पाहतच होता. त्याने गांगेय भीष्माला विनंती केली की, अंधत्वामुळे आपल्याला राज्यकारभार झेपत नाही, तरी आपणास मुक्त करावे. धृतराष्ट्राची विनंती मान्य करण्यात आली. पुन्हा काही काळ राज्यधुरा वाहण्याची जबाबदारी माता सुगंधा सत्यवतीच्या नावे गांगेय भीष्मावर आली.

सर्व नातू वयात आले. त्यात वयाने मोठ्या, तसेच गुणांनी श्रेष्ठ असलेल्या युधिष्ठिराला गांगेय भीष्म आणि माता सुगंधा सत्यवती यांनी पूर्ण विचारांती राज्याभिषेक केला.

★★★

महाराज विचित्रवीर्याशी अंबिका आणि अंबालिका यांचा विवाह हस्तिनापूर नगरीमध्ये मोठ्या थाटामाटात साजरा झाला. नववधूंनी माता सुगंधा सत्यवतीचे आणि आचार्य गांगेय भीष्माचे आशीर्वाद घेतले. वडील बहीण अंबेलाही नमस्कार करायला त्या विसरल्या नाहीत.

आचार्य गांगेय भीष्माने शाल्वराजाकडे जाण्याची अनुमती राजकुमारी अंबेला दिली. माता सुगंधा सत्यवती आणि आचार्य गांगेय भीष्म यांचा निरोप घेऊन ती शाल्व राजाकडे चालली. वाटेत आपल्या प्रियकराच्या सुखद आठवणीने ती मोहरून जात होती; लज्जित

होत होती. आपल्या भावी वैवाहिक जीवनाला आता प्रारंभ होणार त्याच्या चित्रणाचेही चिंतन ती करीत होती. हां हां म्हणता शाल्व देशात ती आली. शाल्वराजाकडे आपल्या आगमनाची तिने वर्दी दिली. ती राजवाड्यात पोहोचताच तिच्या स्वागताला शाल्वराजा आला. त्याने तिचे स्वागत केले. तिने स्वत:ची सर्व हकिगत त्याला सांगितली; पण एकूण शाल्वाच्या चेहऱ्यावरील थंडपणा पाहून ती मनात चरकली, ती म्हणाली,

''हे शाल्व राजा, माझी हकिगत मी तुला सांगितली. आता तू माझा स्वीकार कर.''

''हे राजकन्ये अंबे, हे खरं आहे की, मी माझं हृदय तुला दिलं होतं; पण तुझ्या आणि माझ्या दुर्दैवानं ही गोष्ट आता भूतकाळात जमा झाली आहे.''

''म्हणजे?'' अंबेला धक्काच बसला.

''गांगेय भीष्माने तुझ्या बहिणींच्याबरोबर तुझेही हरण केले. त्याच वेळी कायद्याने, धर्माने आणि नीतीने तुझ्यावरील माझा हक्क नष्ट झाला.''

''हा असला कसला धर्म? ही असली कसली जीवघेणी नीती?''

''जे प्रचलित आहे आणि सत्य आहे, ते मी तुला सांगितले; पण तुला निराश होण्याचे काहीच कारण नाही. गांगेय भीष्म तुझ्या बहिणींच्याप्रमाणे तुला विचित्रवीर्याला देऊ शकतो किंवा–''

''किंवा काय?''

''तो तुझ्याशी विवाह करू शकतो. तुमचा प्रौढ-बालविवाह मोठा शोभून दिसेल.'' शाल्वराजा उपहासाने हसला.

शाल्वराजाच्या हसण्याने अंबेच्या हृदयाचा थरकाप उडाला. ती अस्वस्थ झाली. रक्तकमलासारखे तिचे तेजस्वी डोळे क्रोधाने आग ओकू लागले. गांगेय भीष्माचे सेवक अद्याप तिथेच होते. ती त्यांच्याबरोबर परत हस्तिनापूरला आली. अंबामाता सुगंधा सत्यवतीला भेटली. तिने आपली दु:खद कहाणी तिला निवेदन केली. अंबेची स्थिती पाहून माता सुगंधा सत्यवतीच्या डोळ्यात कारुण्याचे अश्रू तरळले. अंबेला जवळ घेऊन ती म्हणाली,

''मुली, शांत हो! गांगेय भीष्माकडून आपण हा गुंता सोडवून घेऊ. तसा तो चतुर आहे.''

''जशी माताजी तुमची आज्ञा.''

माता सुगंधा सत्यवतीने अंबेचे लग्न अंबिका, अंबालिकेप्रमाणे विचित्रवीर्याशी करण्याचे ठरविले. ती अंबेला घेऊन अनुमतीसाठी गांगेय भीष्माकडे आली. गांगेय भीष्माने उत्तर दिले,

''राजकुमार विचित्रवीर्याला दोन बायका आहेत तेवढ्या पुरेत. अंबेचा स्वीकार त्याने करावा, याला माझी अनुज्ञा नाही.''

''मग तुला असं करावं लागेल...''

''काय करावं लागेल, माते?''

अंबेच्या दारुण स्थितीबद्दल विलक्षण करुणा बाळगून माता सुगंधा सत्यवती म्हणाली,

''मग तू हिचा स्वीकार कर.''

''पण माते, हे कसं शक्य आहे? या भीष्माची प्रतिज्ञा तुला आठवत नाही का? ज्या क्षणी अंबा हस्तिनापुराची सरहद्द ओलांडून स्वखुषीने शाल्वराजाकडे जाण्यास निघाली, तेव्हाच तिची माझ्यावरील जबाबदारी संपली.''

''ठीक आहे तर,'' माता सुगंधा सत्यवती उद्‌गारली. ती पुढे आणखी म्हणाली, ''अभागी अंबे, खरोखर नियतीने तुझ्या नशिबात काय लिहिले आहे, तिलाच माहीत. मी तुला असा सल्ला देते की, गांगेय भीष्माचे गुरू भगवान परशुराम यांना तू शरण जा आणि ते सांगतील तसं तू कर.''

शतश: विदीर्ण झालेल्या अंत:करणाने राजकुमारी अंबा भगवान परशुरामांच्याकडे गेली. त्यांचे चरणरज स्पर्शून आपली करुण कहाणी तिने त्यांना सांगितली. कोपिष्ट भगवान परशुरामांना गांगेय भीष्माचा अतिशय राग आला. ते म्हणाले,

''पोरी, घाबरू नकोस, गांगेय भीष्माला मी तुझा स्वीकार करायला लावतो.''

“भगवान, गांगेय भीष्माची आजन्म ब्रह्मचर्य पालनाची प्रतिज्ञा आपणास ठाऊक नाही काय?”

“एका कन्येच्या जीविताशी खेळण्याचा त्याला काय हक्क? त्याने जर तुझा स्वीकार केला नाही तर एकवीस वेळा पृथ्वी नि:क्षत्रिय करणाऱ्या या परशुरामाशी त्याला लढावं लागेल.”

एका बाजूने आशेचा अंकुर राजकुमारी अंबेच्या मनात उगवत होता आणि दुसऱ्या दृष्टीने आपल्यामुळे या धरतीवर एक भयानक परिस्थिती तर निर्माण होणार नाही ना, अशी शंका वाटत होती.

भगवान परशुरामाची विनंती गांगेय भीष्माने अमान्य केली.

दोघे युद्धाला ठाकले.

दोघांत तुंबळ युद्ध झाले. चंद्रवंशाच्या पुण्याईने आणि गांगेय भीष्माच्या पराक्रमाने भगवान परशुराम पराभूत झाले. त्यांनी अंबेला जवळ बोलावले. ते म्हणाले,

“राजकुमारी अंबे, तुझं मन मी जाणतो. तू आता दुर्गामातेला शरण जा. ती तुझ्यावर प्रसन्न होईल आणि गांगेय भीष्माकडून तुझ्यावर जो घोर अन्याय झाला आहे त्याच्या परिमार्जनाचा उपाय ती सुचवील.”

गंगेच्या किनारी दुर्गामातेच्या मंदिरात राजकुमारी अंबेने तपस्या आरंभिली. चाळीस

दिवस अन्नपाणी न घेता तिने दुर्गेची आराधना केली. दुर्गामाता प्रसन्न झाली. ती अंबेला म्हणाली,

"हे तपस्विनी, तुला काय हवे आहे?"

"गांगेय भीष्माचे प्राण–"

"ते आता तुझ्याच हाती आहेत; पण–"

"पण काय माते?"

"त्यासाठी तुला दुसरा जन्म घ्यावा लागेल. तुला आकार पुरुषाचा मिळेल आणि ही गोष्ट केवळ गांगेय भीष्मच जाणेल आणि मग त्याचा अंतकाळ नजीक आला आहे, असं तू समज."

राजकुमारी अंबेचे डोके ठिकाणावर आले. ज्याने आपल्याला वरावे अशी तिची इच्छा होती, त्याचेच मरण मागितल्याचे दु:ख तिला झाले. दुर्गामाता तिला म्हणाली,

"तपस्विनी, शोक आवर. सर्व नियतीच्या इच्छेनं घडत असतं. माणसाला ते कळत नाही. सुख-दु:खाचे धक्के त्याला खावे लागतात. जा! माझा वर खरा ठरेल आणि बिचाऱ्या गांगेय भीष्मालाही मुक्ती मिळेल."

दुर्गामातेच्या बोलण्याचा काहीही अर्थ राजकुमारी अंबेला समजला नाही. पुढे जे काही घडणार आहे, ते लवकरात लवकर घडू दे म्हणून तिने स्वत:चे पंचप्राण गंगार्पण केले.

★★★

युधिष्ठिराने आपल्या पाचही बंधूंच्या सल्ल्याने आणि दुर्योधन, दुःशासनादी कौरवांच्या साहाय्याने उत्तम राज्यकारभार करण्यास सुरुवात केली. त्याच्या कारकिर्दीत प्रजा सर्वतोपरी सुखी होऊ लागली. तो विपुल दानधर्म करीत असे. गरजूंना मदत करीत असे. तो सतत लोकांमध्ये फिरत असे. त्यांच्या सोयी-गैरसोयी पाहत असे. त्याने आपल्या राज्यात नवीन उद्याने, नवे पाणवठे निर्माण केले. हस्तिनापूरच्या प्रजाजनांनी युधिष्ठिराला प्रेमभावनेने धर्मराज अशी पदवी दिली.

धर्मराजापेक्षा आपण वयाने लहान असलो, तरी विचित्रवीर्य महाराजांच्या वडीलपुत्राचा आपण मोठा पुत्र आहोत, तेव्हा हस्तिनापूरची गादी आपल्यालाच मिळायला हवी, अशी इच्छा दुर्योधनाच्या मनात निर्माण झाली. हा विचार त्याने माता गांधारीच्या कानी घातला; पण त्या साध्वीने दुर्योधनाला पाठिंबा दिला नाही. एके दिवशी दुर्योधनाने धृतराष्ट्राला आपले मनोगत आग्रहपूर्वक बोलून दाखविले. तो म्हणाला,

''पिताजी, माझ्यावर अन्याय झाला आहे.''

''तो कोणता?''

''मी तुमचा ज्येष्ठ पुत्र आहे.''

''होय, युधिष्ठिर तुझ्यापेक्षा मोठा नाही का?''

''पण पंडूकाकांच्यापेक्षा बाबा तुम्ही ज्येष्ठ आहात ना?''

''मी आपणहून राज्यत्याग केला.''

''म्हणून माझा राज्यावरचा हक्क नष्ट होत नाही.''

''परंतु आचार्य गांगेय भीष्मांनी आणि माता सत्यवतीदेवींनी माझ्या संमतीनं युधिष्ठिराला राज्यपद दिलेलं आहे. तेव्हा युधिष्ठिर जोपर्यंत जिवंत आहे, तोपर्यंत हस्तिनापूरची गादी तुला मिळणार नाही.''

धृतराष्ट्राच्या खुलाशाने दुर्योधनाचे समाधान झाले नाही. त्याने सतत आपल्या हक्काचा लकडा अंध धृतराष्ट्राच्या मागे लावला. दुर्योधनाच्या हक्काची मागणी अंध धृतराष्ट्राच्या कानी सतत पडत गेल्यामुळे त्याच्या मनाचा गोंधळ उडाला आणि अखेर दुर्योधनाने रचलेल्या वारणावताच्या कटाला अंध धृतराष्ट्राने आंधळ्या पुत्रप्रेमापायी मूक संमती दिली.

अशीच एकदा माता कुंती आपल्या पुत्रांसह धृतराष्ट्राला भेटण्यास आल्यावर धृतराष्ट्राने विषय काढला. तो म्हणाला,

"देवी कुंती, आपल्या वारणावताच्या ठिकाणी एक सुंदर अतिथिगृह बांधण्यात आलं आहे. तू आपल्या मुलांसह तिथे दोन दिवसांची सहल काढून राहून यावंस."

"जशी आपली आज्ञा."

"तुलाही आनंद वाटेल आणि युधिष्ठिराला राजकारणाच्या तणावापासून अंमळ विसावा मिळेल."

धृतराष्ट्राच्या सल्ल्यानुसार पाच मुलांसह माता कुंती वारणावताला गेली. वारणावताचे अतिथिगृह कापूर वापरून ज्वालाग्राही पदार्थांचे तयार केले होते. कुंती मातेसह पाचही पांडवांना त्या अतिथिगृहात जाळून मारून टाकण्याचा दुष्ट बेत दुर्योधनाने आखला होता; परंतु त्याच्या या कटाची बित्तंबातमी आधीच महामंत्री विदुराला लागली. त्याने ती आचार्य गांगेय भीष्मांना सांगितली आणि त्यांच्या अनुज्ञेने पराक्रमी कुंतीपुत्र भीमास इशारा देऊन ठेवला. पांडव आणि माता कुंती वारणावताला गेले. रात्रीच्या वेळी मागील दरवाजाने ते बाहेर पडले. पराक्रमी भीमाने ते अतिथिगृह जाळून टाकले आणि पांडवांनी वनाचा आश्रय घेतला.

वारणावताच्या अतिथिगृहास आग लागली आणि पांडव कुंतीमातेसह जळून नष्ट झाले, अशी बातमी दुर्योधनाने सर्वत्र पसरविली. पांडवांच्या निधनाने हस्तिनापूरची सारी प्रजा हळहळली. त्यांच्या उत्तरक्रिया आटोपल्यावर काही काळ जाताच दुर्योधनाने स्वत:ला राज्याभिषेक करवून घेतला.

ही सर्व परिस्थिती शांत चित्ताने आचार्य गांगेय भीष्म आणि महामंत्री विदुर डोळ्यांत तेल घालून अवलोकन करीत होते.

आपल्या मुलांना ब्राह्मणवेष देऊन माता कुंती रानात राहू लागली. जंगलातील लाकडे तोडावीत, कुठेतरी बाजारात काही मिळेल ते घ्यावे व उपजीविका करावी असे खडतर जीवन पांडव जगत होते.

पांचाल देशाच्या द्रुपद राजाने आपल्या कन्येचे– द्रौपदीचे स्वयंवर मांडल्याची बातमी पांडवांना समजली. कुंतीची अनुमती घेऊन पांडव द्रौपदीच्या स्वयंवराचा सोहळा पाहण्यासाठी पांचाल नगरीस गेले.

ते क्षत्रिय असल्याकारणाने त्यांनी आपली आयुधे बरोबर घेतली होती. युधिष्ठिराजवळ तलवार होती. भीमाजवळ गदा होती. अर्जुनाजवळ त्याचे विजयी धनुष्य होते. नकुल-सहदेवांच्याजवळ त्यांची आयुधे होती.

पांडव स्वयंवर मंडपात पोहोचले. द्रुपदाने त्यांना ब्राह्मणकुमार समजून त्यांचे उचित स्वागत केले आणि स्पर्धकांच्या जवळच असलेल्या प्रेक्षागारात त्यांना त्यांचे आदरातिथ्य करून बसविले. द्रौपदी स्वयंवर मंडपात उपस्थित झाली. स्वयंवर मंडप शोभिवंत केलेला होता. मध्यभागी एक छोटासा कृत्रिम जलकुंज तयार केलेला होता. त्यातच एक उंच खांब रोवला होता. खांबाच्या वरचा भाग अधिक अधिक निमुळता होत गेला होता. त्या उंच खांबाच्या टोकाला दोरीने एक मत्स्य टांगलेला होता. तो सोनेरी रंगाने रंगविला होता. त्याचे डोळे काळ्या रंगाने रेखीव आणि सुंदर काढले होते. द्रुपद राजाने स्पर्धकांना द्रौपदीची अट सांगितली– मत्स्याचे प्रतिबिंब पाण्यात पाहून त्या मत्स्याचा डोळा जो फोडील, त्याला राजकन्या वरील.

सूचनेप्रमाणे एकामागून एक स्पर्धक राजे, राजपुत्र आले. मत्स्यभेद करण्याचा त्यांनी प्रयत्न केला. ते सर्व असफल झाले.

द्रुपदराजा दुःखाने म्हणाला, ''आज ही पृथ्वी निर्वीर झाली काय?'' सर्व राजे, राजपुत्रांच्या माना खाली गेल्या. इकडे प्रेक्षागारात बसलेल्या धनुर्धारी अर्जुनाचे बाहू स्फुरण पावू लागले. त्याने अनुज्ञेसाठी दादांच्याकडे– युधिष्ठिराकडे पाहिले. युधिष्ठिराने खुणेनेच अनुमती दिली. ब्राह्मण वेषातल्या अर्जुनाला पाहून उपस्थित राजे, राजपुत्रांनी क्षणभर अचंबा व्यक्त केला आणि त्याचा उपहासही केला. द्रुपद राजाने त्याला अडविले. द्रौपदी अर्जुनाच्या आवेशाकडे आणि रूपाकडे पाहून मंत्रमुग्ध झाली. द्रुपद राजाच्या कानांत 'आपण पंडुपुत्र पांडव असून मी त्यांतील अर्जुन होय,' असा त्याने खुलासा केला. द्रुपद राजाने स्मितवदनाने त्याला शरसंधान करण्याची अनुमती दिली.

जलकुंजापाशी अर्जुन पवित्र्यात उभा राहिला. त्याने आपल्या धनुष्याला गुण लावला.

गुणाला बरोबर मध्यभागी बाण लावला. तो बाण त्याने मस्तकाला लावून पितामह गांगेय भीष्मांचे स्मरण केले. गुरू द्रोणांचे स्मरण केले. माता कुंतीचे स्मरण केले. त्याने जलकुंजात पाहिले. त्याला मत्स्याचे प्रतिबिंब दिसले. वाऱ्याच्या झुळकीबरोबर मत्स्य दोलायमान होत होता. जलकुंजाच्या पाण्यावरही मधूनमधून छोट्या छोट्या लहरी उठत होत्या. आणि त्या मत्स्याच्या दोलायमान स्थितीत अधिक भर पडत होती. वारा आणि लहरी शांत होण्याची वाट धनुर्धारी अर्जुन पाहत होता. त्याला तो क्षण मिळाला.

त्याच्या धनुष्यातून शर सुटला आणि त्याने त्या मत्स्याचा डोळा फोडून टाकला. स्वयंवर मंडपातील राजे, राजपुत्रांनी अर्जुनाच्या शरसंधानाचे कौतुक केले. द्रौपदीला अत्यानंद झाला. तिने अर्जुनाच्या गळ्यात वरमाला घातली. सभा विसर्जन पावली. द्रुपदाने पांडवांना विपुल द्रव्य दिले. पांडव द्रौपदीसह माता कुंतीला भेटण्यास गेले. दरवाजाजवळ येताच दारातूनच धनुर्धारी अर्जुन मोठ्याने म्हणाला,

"माते, आम्ही आलो आहोत आणि मी एक सुंदर भिक्षा आणली आहे."

"मग बाळांनो, आत या आणि आणलेली भिक्षा पाच जणांत समान वाटून घ्या."

द्रौपदीला घेऊन पांडवांनी गृहप्रवेश केला आणि द्रौपदी केवळ अर्जुनाचीच नव्हे तर पाच पांडवांची परमप्रिय

पत्नी झाली.

द्रुपदाच्या निमंत्रणावरून पांडव कुंतीमातेसह पांचाल नगरीस राहण्यास आले. तिथे पांडव सुखरूप आहेत, ही बातमी लवकरच द्वारकेच्या कृष्ण-वासुदेवाला समजली. तो विपुल धनभार बरोबर घेऊन आपल्या आतेभावांच्या समाचाराला आला.

महामंत्री विदुराच्या गुप्तहेरांनी पांडवांच्या अस्तित्वाची सर्व माहिती यापूर्वीच मिळवून ती आचार्य गांगेय भीष्मांच्या कानी घातली होती.

पांडव जिवंत आहेत आणि आता त्यांना बोलावण्यास योग्य वेळ हीच आहे, असे पाहून आचार्य गांगेय भीष्मांनी महामंत्री विदुराला लवाजम्यानिशी पांचाल नगरीला पाठविले.

★★★

महामंत्री विदुराने आचार्य गांगेय भीष्म आणि माता सुगंधा सत्यवती यांच्या अनुज्ञेने द्रुपद राजाकडे राहत असलेल्या माता कुंती आणि पाच पांडव यांना मोठ्या प्रेमाने स्वागतपूर्वक हस्तिनापुराला आणले. पांडव जिवंत आहेत, हे पाहून हस्तिनापूरच्या प्रजाजनांना अत्यानंद झाला. पांडव आलेले पाहताच अंध धृतराष्ट्राचे मन त्याला खाऊ लागले. दुर्योधनाचा तर इतका जळफळाट झाला की, सैन्यभार घेऊन हस्तिनापुरात प्रवेश करणाऱ्या पांडवांना वाटेतच मारून टाकावे, असे त्याला वाटले; परंतु कृष्ण-वासुदेवाचा आणि द्रुपद राजाचा संपूर्ण पाठिंबा पांडवांना मिळाल्याचे त्याला समजले. मग त्याचा नाइलाज झाला.

कुंती मातेच्या अनुज्ञेने पांडवांनी सर्व वडील मंडळींना आणि ज्येष्ठ, श्रेष्ठ अधिकाऱ्यांना भेटून त्यांना वंदन केले आणि त्यांचे शुभाशीर्वाद घेतले. या वेळी धृतराष्ट्र आचार्य गांगेय भीष्मांना किंवा माता सुगंधा सत्यवतीला भेटला नाही; परंतु असेच आठ-पंधरा दिवस निघून गेल्यावर आचार्य गांगेय भीष्मांनी त्याला पाचारण केले. हे दुर्योधनाला समजताच तो आपल्या वडिलांना म्हणाला,

"पिताजी, पितामह मला राज्यावरून काढून टाकून युधिष्ठिराला पुन्हा राज्यावर बसविणार असतील तर ते मला मंजूर नाही."

"बेटा दुर्योधना, मोठ्या विचित्र परिस्थितीमध्ये मी सापडलो आहे. तुझी सूचना मी अंतर्मनात ठेवतो; पण–"

“पण-बिण काही नाही. या गोष्टीचा शेवट अखेर युद्धात झाल्यावाचून राहणार नाही.”

खिन्न मनाने अंध धृतराष्ट्र आचार्य गांगेय भीष्मांना भेटण्यासाठी गेला. जाताना त्याचा भीतीने थरकाप उडाला होता. आचार्य गांगेय भीष्मांच्या शेजारीच माता सुगंधा सत्यवती बसलेली होती. धृतराष्ट्राबरोबर विदुरपुत्र संजय होता. माता सुगंधा सत्यवती धृतराष्ट्राला म्हणाली,

“धृतराष्ट्रा, नशिबानं अपघातातून बचावून पांडव सुरक्षित आले आहेत.”

“होय माताजी, ते सुखरूप आहेत असं समजताच मला अत्यानंद झाला.”

“धृतराष्ट्रा!” कठोर आवाजात आचार्य गांगेय उद्गारले, “जे काय घडलं आहे ते का, कसं हे तुला माहीत आहे आणि आम्हीही ते पुरेपूर जाणतो. राज्याचे दोन भाग करून निम्मा भाग पांडवांना आणि निम्मा भाग कौरवांना देण्याचा माझा विचार आहे. यावर तुझं काय मत आहे?”

“आचार्य, मी आपल्या शब्दाबाहेर नाही.”

“सध्या दुर्योधन हस्तिनापुरात राज्य करीत आहे. त्याप्रमाणे पांडवांच्याकरिता नवी इंद्रप्रस्थ नावाची नगरी वसविण्याचा माझा मानस आहे. याबद्दल तुला काय वाटतं?”

“मी आपल्या आज्ञेबाहेर नाही.”

“माझ्या तशा आज्ञा सुटल्याही आहेत. मय नावाच्या एका स्थापत्यविशारदला पांडवांच्यासाठी राजवाडा बांधण्याचं काम देण्यात आलं आहे.”

लवकरच पांडवांच्यासाठी तयार करण्यात आलेल्या इंद्रप्रस्थ राजधानीत ते राहायला गेले. आचार्य गांगेय भीष्मांनी युधिष्ठिराचा राज्यारोहण समारंभ मोठ्या थाटात केला. आचार्य गांगेय भीष्म हस्तिनापुरातच राहिले. माता सुगंधा सत्यवतीला सोडून जाणे त्यांना पसंत नव्हते. शिवाय दुर्योधनाच्या कारभारावर सक्त नजर ठेवणे त्यांना आवश्यक वाटत होते.

काही दिवस हस्तिनापुरात शांतता नांदली. माता सुगंधा सत्यवती ध्यानधारणेत, प्रार्थनेत काळ घालवीत होती. रोज सायंकाळी आचार्य गांगेय भीष्म तिला उत्तमोत्तम धर्मग्रंथ वाचून दाखवीत असत व तिच्या शंकांचे निरसन करीत असत.

मयाने युधिष्ठिरासाठी बांधलेल्या राजवाड्यात राजसूय यज्ञ केला. त्यामुळे त्याला सम्राटाचा दर्जा प्राप्त झाला. भीमार्जुनांनी आर्यावर्तातील सर्व राजांना आपल्या पराक्रमाने आणि कृष्ण-वासुदेवाच्या मदतीने जिंकून मांडलिक केले. कृष्ण-वासुदेवाने आपली सुंदर बहीण सुभद्रा अर्जुनाला दिली. पांडवांची कीर्ती सर्वत्र पसरली.

सगळे कौरव राजसूय यज्ञाला निमंत्रणावरून गेले. पांडवांच्या वैभवाने ते दिपून गेले. दुर्योधन तर मत्सराने जळफळू लागला. भीमाने पांडवांचा राजवाडा दुर्योधनाला हिंडून दाखविला. पाणी असेल असे समजून दुर्योधन वस्त्रे सावरून चालू लागला तर तिथे त्याला जमीनच आढळली. जमीन आहे, असे समजून तो चालू लागला तर पाण्यात गुडघ्यापर्यंत त्याची वस्त्रे भिजली. त्याला त्याच्याच फजितीचे हसू आले आणि आपली फजिती द्रौपदीच्या नजरेतून सुटली नाही, असे त्याला आढळताच तो खजील झाला. कौरव हस्तिनापुराला परतले.

असेच दोन महिने निघून गेले. आचार्य गांगेय भीष्मांच्या अनुज्ञेने कौरवांनी पांडवांना हस्तिनापुरात बोलावले. यथायोग्य पाहुणचार झाल्यावर दुर्योधनाने युधिष्ठिराला द्यूत खेळण्याचे निमंत्रण दिले. क्षत्रियाला द्यूताचे आणि युद्धाचे आमंत्रण नाकारता येत नाही, असे धर्मशास्त्र आहे. इच्छा नसतानाही युधिष्ठिर द्यूत खेळला. दुर्योधनाच्या वतीने शकुनीने डाव टाकले. कपटी शकुनीची हातचलाखी भोळ्या युधिष्ठिराला उमगली नाही. युधिष्ठिर सर्व डाव हरला. त्याने आपली सर्व संपत्ती, बंधू आणि अखेर द्रौपदी पणाला लावली आणि ते सारे हरवून बसला. द्रौपदी आता आपली बटीक झाली आहे अशा समजुतीने सूडबुद्धीने पेटलेल्या दुर्योधनाने उन्मत्त दु:शासनाला भर दरबारात तिला खेचून आणण्याची आज्ञा केली. असहाय्य द्रौपदीला दु:शासनाने दंडाला पकडून दरबारात आणले. सर्व प्रतिष्ठितांनी हा प्रकार पाहून आपल्या माना खाली घातल्या. दुर्योधनाने

द्रौपदीला विवस्त्र करण्याची आज्ञा दु:शासनाला दिली. द्रौपदीने एकच आकांत मांडला. तिने असहाय्य नजरेने वयोवृद्धांच्याकडे पाहिले; पण तिच्या मदतीला कुणीच आले नाही. अखेर तिने कृष्ण-वासुदेवाचा धावा केला. दुर्बलांचा त्राता आणि भक्तांचा रक्षणकर्ता अशा कृष्ण-वासुदेवाने द्रौपदीची हाक ऐकली आणि तिला अनंत वस्त्रे पुरवून तिची अब्रू राखली. वस्त्रे ओढून थकून दु:शासन धरणीवर कोसळला. सारी सभा थक्क झाली. एकदम आचार्य गांगेय भीष्म क्रोधाने ओरडले,

''धृतराष्ट्रा, तुझ्या पोरांनी हे काय चालविलं आहे?''

आचार्य गांगेय भीष्मांच्या या क्रोधिष्ट उद्‌गारावरून धृतराष्ट्राने त्यांच्या रागाचा चढलेला पारा ओळखला. त्याने समयसूचकतेने दुर्योधनाला आज्ञा केली,

''दुर्योधना, अखेर द्यूत हा खेळ आहे. खेळात जिंकल्यावर शूर क्षत्रियांनी खरे स्वामित्व गाजवू नये. उदार मनाने पांडवांचे राज्य पांडवाना देऊन टाक आणि सन्मानपूर्वक त्यांची इंद्रप्रस्थाला रवानगी कर.''

क्रोधाविष्ट झालेले आचार्य गांगेय भीष्म धृतराष्ट्राच्या या निर्णयाने शांत झाले; पण कौरव-पांडवांच्या भावी जीवनात सुखशांती नांदणे जवळ जवळ अशक्य आहे असे त्यांना वाटल्यावाचून राहिले नाही.

★★★

असेच काही महिने निघून गेले. दुर्योधन, दुःशासन, राधेय कर्ण आणि शकुनी यांच्या वरच्यावर बैठका होऊ लागल्या. शकुनीने आणि राधेय कर्णाने पांडवांच्या विरुद्ध दुर्योधनाचे मन पूर्णपणे कलुषित केले. पुत्रप्रेमाने आंधळा झालेला अंध धृतराष्ट्र दुर्योधनाला आवरू शकला नाही. आचार्य गांगेय भीष्म आणि माता सुगंधा सत्यवती दोन्ही राज्यातील तात्कालिक शांतता पाहून आपल्या वृद्धापकाळाला अनुसरून धर्मचिंतनात मग्न झाली; मात्र बिघडत चाललेली सर्व परिस्थिती डोळ्यांत तेल घालून महामंत्री विदुर अवलोकन करीत होता. वेळोवेळी धृतराष्ट्राला परिस्थितीची तो जाणीव करून देत होता.

वडिलांच्या अनुज्ञेने दुर्योधनाने पांडवांना द्यूताचे आमंत्रण दिले. त्या आमंत्रणाला मान देऊन द्रौपदीसह पांडव हस्तिनापूरला आले. अन्य वृद्ध मंडळींना हे समजताच त्यांनी थोडा विरोध केला; पण एकच डाव खेळण्याच्या अटीवर द्यूताची परवानगी त्यांनी दिली.

सर्वस्व पणाला लावण्याच्या अटीवर डाव टाकला गेला. दुर्योधनाच्या वतीने शकुनीने डाव जिंकला. युधिष्ठिर हरला. ठरल्या अटीप्रमाणे पांडव द्रौपदीसह बारा वर्षे वनवास व एक वर्ष अज्ञातवासासाठी वनात गेले.

या बारा वर्षांच्या काळात पांडवांनी, विशेषत भीमार्जुनांनी बलोपासना केली. अर्जुनाने तर शंकराकडून देवदुर्लभ असे पाशुपत अस्त्र मिळवले. बारा वर्षांनंतर पांडव वेष पालटून विराट नगरीत एक वर्ष राहिले. तिथे भीमाने दुष्ट कीचकाचा वध करून विराटाला संकटमुक्त केले.

दुष्ट कौरवांनी गोधन चोरण्याच्या निमित्ताने विराट नगरीवर हल्ला चढविला. युद्धास तोंड लागले. अर्जुनाने सर्व कौरवांना आपल्या मूळ स्वरूपात प्रकट होऊन पराभूत केले. वयोवृद्ध व ज्ञानवृद्धांनी गणित मांडून कालमापन केले. पांडवांचा वनवास आणि अज्ञातवास समाप्त झाल्याचे त्यांना आढळून आले.

पांडव प्रकट झाल्यानंतर विराट नगरीतच राहिले. विराटाने आपली मुलगी उत्तरा अर्जुनाच्या मुलाला– अभिमन्यूला दिली. शिष्टाई करण्यासाठी एका चतुर विद्वान ब्राह्मणाची युधिष्ठिराने विराटाच्या सल्ल्याने नियुक्ती केली. शिष्टाई निष्फळ झाली. सुईच्या अग्रावर मावण्याइतकीसुद्धा जमीन देणार नाही, असे दुर्योधनाने स्वच्छच सुनावले. पांडवांचा नाइलाज झाला. ते सैन्याची जमवाजमव करू लागले. तिकडे कौरवही आपल्या सैन्याची बांधणी करीत होते. कृष्ण-वासुदेव पांडवांच्या बाजूस आला. तर यादवांचे चार अक्षौहिणी सैन्य कौरवांना देण्यात आले. कृष्ण-वासुदेवाने अर्जुनाचे सारथ्य पत्करले.

युधिष्ठिराला मनापासून युद्ध नको होते. त्याने पुन्हा एकदा कृष्ण-वासुदेवाला शिष्टाई करण्यासाठी रवाना केले. कृष्ण-वासुदेवाने दुर्योधनाकडे पाच पांडवांच्याकरिता पाच गावे मागितली. दुर्योधनाने कृष्ण-वासुदेवाची विनंती मानली नाही. उलट त्याचा अवमान केला. दुर्योधनाने त्याला पकडण्याचा प्रयत्न केला. अन्नातून विषप्रयोग करण्याचाही त्याने बेत आखला होता; पण कृष्ण-वासुदेवाने विदुराघरच्या कण्या खाऊन दुर्योधनाचीच फजिती केली.

कृष्ण-वासुदेव शिष्टाईत अयशस्वी होऊन परतला आणि सर्व शक्तीनिशी कौरवांच्या बरोबर लढा देण्याचे पांडवांनी ठरविले. कृष्ण-वासुदेवाच्या सल्ल्यानुसार द्रुपदपुत्र दृष्टद्युम्नाला त्यांनी सेनापतीपद बहाल केले.

इकडे कौरवांनीही आपली जय्यत तयारी केली. त्यांनी आपले सेनापतीपद धृतराष्ट्राच्या सल्ल्यावरून आचार्य गांगेय भीष्मांना देण्याचे ठरविले. राधेय कर्णाला ते आवडले नाही. आचार्य गांगेय भीष्मांनी सेनापतीपदास अनपेक्षितरीत्या त्वरित मंजुरी दिली. यामुळे राधेय कर्ण निराश झाला. आचार्य गांगेय भीष्म सेनापती असेपर्यंत आपण युद्धात भाग घेणार नाही, असे सांगून राधेय कर्ण बाजूला झाला.

कौरवांचे अकरा अक्षौहिणी व पांडवांचे सात अक्षौहिणी असे एकूण अठरा अक्षौहिणी सैन्य कुरुक्षेत्रावर 'न भूतो न भविष्यति' अशा युद्धासाठी समोरासमोर येऊन ठाकले.

★★★

युद्धाला केव्हाही तोंड लागेल आणि पांडवांवर चालून जाण्याची आज्ञा कोणत्याही क्षणी सम्राट दुर्योधन करील याची सेनापती आचार्य गांगेय भीष्मांना कल्पना होती, म्हणून ते माता सुगंधा सत्यवतीला भेटण्यासाठी गेले. माता सुगंधा सत्यवती म्हणाली,

''कौरवांचं सेनापतीपद तू स्वीकारलंस–''

"होय माते, स्वत:च्या इच्छेने."

"याचं मला आश्चर्य वाटतं."

"वाटणारच!"

"म्हणजे?"

"त्याचं असं आहे, माताजी, जर मी सेनापतीपद स्वीकारलं नसतं, तर राधेय कर्ण वा अन्य कुणी ते पत्करलं असतं."

"मग त्यात काय बिघडलं असतं?"

"युद्धशास्त्राचे सारे नियम धाब्यावर बसवून हे युद्ध झालं असतं आणि हस्तिनापुराच्या चंद्रवंशाला कलंक लागला असता. शिवाय..."

"शिवाय काय, गांगेया?"

"हे युद्ध लांबवत लांबवत कौरव-पांडवांत तह घडून येईल का, हेही मला अजमावता येईल."

"गांगेया, मला युद्धशास्त्र कळत नाही; पण थोडाबहुत मनुष्यस्वभाव कळतो. हे कौरव कधीही शहाणे होणार नाहीत आणि लवकरच त्यांचा सर्वनाश घडून आल्याशिवाय राहणार नाही."

"असं मलाही वाटतं; पण खोटी आशा माणसाला सोडीत नाही, हेही तितकंच खरं, नाही का?"

आचार्य गांगेय भीष्म आणि माता सुगंधा सत्यवती यांचे बोलणे रात्रीच्या भोजनोत्तर चालले होते. इतक्यात सम्राट दुर्योधनाचा निरोप घेऊन एक अधिकारी तिथे आला. तो निरोप असा होता की, सर्व सेना कुरुक्षेत्रावर जमा झाल्या आहेत. समोर पांडवांच्याही सेना सुसज्ज आहेत. उद्या सकाळी युद्धास प्रारंभ करावा.

आचार्य गांगेय भीष्मांनी माता सुगंधा सत्यवतीला विनम्र भावनेने नमस्कार केला आणि खिन्न मनाने तिचा निरोप घेतला.

आचार्य गांगेय भीष्मांना ती रात्र मोठ्या अस्वस्थतेची गेली. त्यांच्या डोळ्याला डोळा लागला नाही. पहाटे जागरणाचा शीण आल्यामुळे किंचित काळ डुलकी लागल्याचा त्यांना भास झाला.

सकाळी ते उठले. सेनापतीला साजेसा पोशाख त्यांनी चढविला. सर्व आयुधे त्यांनी बरोबर घेतली. सारथी रथ घेऊन तयारच होता. रथावर चढण्यापूर्वी त्यांनी गुरुदेव वसिष्ठांचे, परशुरामांचे, बृहस्पतींचे आणि शुक्राचार्यांचे स्मरण केले. चंद्रवंशातल्या

पूर्वजांची क्षमा मागून त्यांनी त्यांच्याकडे आशीर्वाद मागितला आणि त्यांचा रथ अतिवेगाने कुरुक्षेत्राच्या दिशेने चालला.

कौरवसैन्याच्या मध्यभागी आल्यावर त्यांनी अफाट पसरलेली पांडव सेना पाहिली. सेनापती दृष्टद्युम्न. त्याच्या रथावर तो पांडवांचा विजयी ध्वज. तो गदाधारी भीम. तो धनुर्धारी अर्जुन. त्याचे सारथ्य प्रत्यक्ष कृष्ण-वासुदेव करीत होता. त्या श्यामवर्णीय कृष्ण-वासुदेवाकडे गांगेय भीष्मांनी भक्तिभावाने पाहिले आणि त्याला नमस्कार केला. ते मनात म्हणाले,

"हे माधवा, हे गोविंदा, हे कृष्ण-वासुदेवा, तुला माझा नमस्कार असो! मला माहीत आहे की, जिथे तू आहेस तिथे विजय आहे. कारण तू नेहमी सत्याचीच बाजू घेतोस." पुन्हा एकदा कृष्ण-वासुदेवाचे अलौकिक रूप न्याहाळण्यासाठी त्यांनी आपले नेत्र थोडे उंचावले, तो धर्मराज युधिष्ठिर आपल्या रथातून मोठ्या वेगाने दौडत असल्याचे त्यांना दिसले. धर्मराज युधिष्ठिराचा रथ आचार्य गांगेय भीष्मांच्या जवळ येऊन थांबला. धर्मराज युधिष्ठिर रथातून खाली उतरला. त्याने आचार्य गांगेय भीष्मांच्या चरणांवर आपले मस्तक ठेवले. त्याच्या डोळ्यांतून अश्रूंची संततधार वाहत होती. तो स्फुंदून स्फुंदून म्हणाला,

"तात, तुमच्याशी युद्ध करताना आम्हा पांडवांना अत्यंत दुःख होत आहे."

"धर्मराज युधिष्ठिरा, शोक आवर. तू निर्दोष आहेस, हे का मला ठाऊक नाही?"

"होय तात, हे युद्ध टळेल असा एखादा मार्ग नाही का?"

"धर्मराज युधिष्ठिरा, तुला लढण्याशिवाय गत्यंतर नाही, ते तुझे कर्तव्य आहे. मग लढताना आम्ही कोण हा विचार गैर आहे. बेटा, लक्षात ठेव. मानवी जीवनात भावनेपेक्षा कर्तव्य श्रेष्ठ असते. तू विजयी होणारच. कारण जिथे कृष्ण-वासुदेव आहे, तिथे विजय आहे. तरीही मी तुला आशीर्वाद देतो की तू विजयी होशील."

धर्मराज युधिष्ठिर ज्या वेगाने आला त्याच वेगाने परत आपल्या जागी गेला. सेनापती आचार्य गांगेय भीष्मांनी युद्धाच्या प्रारंभाचा इशारा आपला गगनभेदी शंख फुंकून केला. त्यांना सेनापती दृष्टद्युम्नाने तसेच उत्तर दिले. लगेच कृष्ण-वासुदेवाने आणि धनुर्धारी अर्जुनाने आपले शंख फुंकले. किंचित काळ या शंखांच्या निनादाने कुरुक्षेत्राचे आकाश निनादून गेले. नंतर धनुर्धाऱ्यांच्या बाणांचे सूं सूं करणारे आवाज सर्वत्र ऐकू येऊ लागले. उभयपक्षी असंख्य सैन्य त्या कुरुक्षेत्राच्या रणांगणावर पतन पावू लागले.

सूर्यास्ताबरोबर युद्ध थांबले. पुन्हा दुसऱ्या दिवशी सूर्योदयाबरोबर प्रारंभ होई. रात्रीच्या वेळी वीरवर एकमेकांना भेटत. कौरव वीरांकडील वयोवृद्ध आणि ज्ञानवृद्ध योद्ध्यांना

पांडव भेटून त्यांचा आशीर्वाद घेत. असे नऊ दिवस गेले. नवव्या दिवसाचे युद्ध थांबताच सम्राट दुर्योधन गांगेय भीष्मांना भेटण्यास आला. तो म्हणाला,

"आचार्य, मोठ्या उमेदीनं मी आपणास सेनापतीपद दिलं होतं."

"होय."

"पण मला आता त्याचा पश्चात्ताप झाला आहे."

"तुझा निर्णय तू घेऊ शकतोस; कारण या क्षणी तू सम्राट आहेस आणि मी तुझा सेनापती आहे."

सम्राट दुर्योधन निराश होऊन निघून गेला. थोड्या वेळाने धनुर्धारी अर्जुन आचार्य गांगेय भीष्मांना भेटण्यास आला. तो नम्रतापूर्वक म्हणाला,

"तात, हे घाणेरडे युद्ध लवकर संपण्याचं चिन्ह दिसत नाही. जोपर्यंत आपण सेनापती आहात, तोपर्यंत आम्हाला जयाची आशाच नाही."

असे म्हणत अर्जुनाने आपले मस्तक गांगेय भीष्मांच्या चरणकमलांवर ठेवले. त्याला उठवत आचार्य गांगेय भीष्म म्हणाले,

"बेटा, खरोखरच तू अर्जुन आहेस, म्हणजे ऋजू मनाचा, कोमल मनाचा आहेस; पण लक्षात ठेव. युद्धात कठोर व्हावं लागतं."

"मी आशीर्वादासाठी आपणाकडे आलो आहे."

"मी तुला आशीर्वाद देतो, ऐक. उद्या तू मला मारशील; पण..."

"पण का तात? असे थांबलात का?"

"तुझा मेहुणा दृष्टद्युम्न याला एक भाऊ आहे."

"होय. शिखंडी."

"शिखंडी जन्मला, त्या वेळी तो मुलगी होता. पूर्वजन्मी तो तुझ्या आजीची वडील बहीण होता. एका यक्षाने तिला हे मुलाचे रूप दिले. स्त्रीवर बाण सोडायचा नाही, असा धर्म आहे. शिखंडीला पुढे उभं करून तू शरसंधान कर. शिखंडीवर मला बाण सोडता येणार नाही. मग मी तुझ्या बाणांनी विद्ध होऊन पडेन."

"तात, कर्तव्यबुद्धीनं व या आशीर्वादानं मला आनंद होत असला, तरी तुमच्यासारख्या अभागी पणजोबांचा माझ्यासारखा अभागी पणतू जगात दुसरा नसेल, असं मला वाटतं."

धनुर्धारी अर्जुन जसा आला तसा निघून गेला.

दुसऱ्या दिवशी युद्धाला तोंड लागले. सेनापती आचार्य गांगेय भीष्मांनी पांडवसेनेवर

भयानक शरवृष्टी केली. पांडवसेना घाबरून गेली. कौरवसेनेला हर्षाच्या उकळ्या फुटल्या. आचार्य गांगेय भीष्मांचा एक बाण अर्जुनाच्या दंडात घुसला. अर्जुन घेरी येऊन पडला. त्याचे शरसंधान बंद झाले. ही अनपेक्षित स्थिती पाहून कृष्ण-वासुदेव क्रोधायमान झाला. न लढण्याची आपली प्रतिज्ञा क्षणभर विसरून तो रथावरून खाली उतरला. आचार्य गांगेय भीष्मांवर सुदर्शन चक्र फेकण्याच्या पवित्र्यात तो उभा राहिला. हे दृश्य पाहून आचार्य गांगेय भीष्म रथातून खाली उतरले. कृष्ण-वासुदेवाला उद्देशून ते म्हणाले,

"हा गांगेय भीष्म आज धन्य झाला. प्रत्यक्ष कृष्ण-वासुदेवाच्या हातून मरण. आणखी काय हवंय? किती वर्षे झाली, मी मरणाला आतुर झालो आहे. हे कृष्ण-वासुदेवा, प्रसन्न हो आणि तुझ्या सुदर्शन चक्रानं आज मला सद्गती दे."

आचार्य गांगेय भीष्म डोळे मिटून, हात जोडून सुदर्शन चक्र येण्याची वाट पाहत होते; पण तसे काही झाले नाही. त्यांनी डोळे उघडले आणि पाहिले-

धनुर्धारी अर्जुन शुद्धीवर आला होता आणि तो कृष्ण-वासुदेवाला विनवीत होता,

"हे कृष्णा, सुदर्शन चक्र आवर. प्रतिज्ञाभंगाचं पातक करू नकोस. निदान या अर्जुनासाठी तरी करू नकोस. चल, रथावर बैस. घोड्यांचा लगाम हातात घे. मी तुला खात्री देतो की, आज संध्याकाळपर्यंत हे सेनापती आचार्य गांगेय भीष्म शरपंजरी पडलेले तुला दिसतील."

★★★

धनुर्धारी अर्जुनाने आपला रथ रणांगणावरून थोडासा बाजूला नेला. अन्य पांडव सेनाधिकाऱ्यांनी आचार्य गांगेय भीष्मांना घेरले. आचार्य गांगेय भीष्म कुणासच आटोपेनात. सेनापती दृष्टद्युम्न त्यांच्यावर नवेनवे वीर सोडत होता.

दुपार टळून गेली, तरी आचार्य गांगेय भीष्म पांडववीरांशी अथक लढत होते. इतक्यात शिखंडीस घेऊन धनुर्धारी अर्जुन येत असलेला त्यांना दिसला. अर्जुनाने आपला रथ गर्दीतून पुढे रेटला व तो गांगेय भीष्मांच्या समोर येऊन ठाकला. शिखंडीला पुढे घालून धनुर्धारी अर्जुन शरसंधान करू लागला. आचार्य गांगेय भीष्मांच्या धनुष्यातून बाण सुटेनात. या दृश्याने कौरववीर आश्चर्यचकित झाले. धनुर्धारी अर्जुनाचे बाण आचार्य गांगेय भीष्मांच्या अंगात घुसत होते. ते विद्ध होत होते. काही करू शकत नव्हते. आचार्य गांगेय भीष्मांच्या या फजितीने शिखंडी आसुरी आनंद उपभोगत होता.

आपले शरसंधान थांबवावे, असे धनुर्धारी अर्जुनास वाटले; पण कृष्ण-वासुदेवाने त्याला तसे करू दिले नाही. सूर्यास्त झाला आणि चंद्रवंशाची शान असलेले सेनापती आचार्य गांगेय भीष्म रथावरून खाली कोसळले. त्यांच्या शरीरात धनुर्धारी अर्जुनाचे इतके बाण घुसले होते की, ते बाणांवरच आडवे पडले; मात्र त्यांचे मस्तक लटलटू लागले. कौरव-पांडव युद्ध थांबताच आचार्य गांगेय भीष्मांच्या भोवती जमा झाले. धनुर्धारी अर्जुन म्हणाला,

"तात, बालकाला क्षमा करा."

धनुर्धारी अर्जुनाच्या बोलण्याकडे आचार्य गांगेय भीष्मांचे लक्षच नव्हते. ते उद्‌गारले,

"उशी हवी उशी. माझे मस्तक लटकते आहे, त्याच्या वेदना होत आहेत."

सम्राट दुर्योधन उशी आणण्यासाठी धावला; पण प्रसंगावधान राखून अर्जुनाने भूमीत असे तीन बाण मारले की, त्यावर अलगद आचार्य गांगेय भीष्मांचे मस्तक टेकले. नंतर सम्राट दुर्योधन उशी घेऊन आला. आचार्य गांगेय भीष्म पुन्हा उद्‌गारले,

"पाणी हवंय पाणा; मला तहान लागली आहे."

सम्राट दुर्योधन पाणी आणण्यासाठी पुन्हा धावला. धनुर्धारी अर्जुनाने समयसूचकता दाखविली. त्याने गंगामंत्राचे स्मरण करून एक बाण जमिनीत मारला. गंगा वर आली. पाण्याची धार बरोबर आचार्य गांगेय भीष्मांच्या मुखात पडली. आचार्य गांगेय भीष्म तृप्त होऊन म्हणाले,

"गंगा माते, शेवटी बालकाला आज दर्शन दिलंस आणि तृप्त केलंस. धन्य धन्य वीर धनुर्धारी अर्जुन!"

सम्राट दुर्योधन सुवर्ण कलशातून उष्णोदक घेऊन आला. पण व्यर्थ; कारण त्यापूर्वीच आचार्य गांगेय भीष्मांची तहान शमली होती. त्यांनी सम्राट दुर्योधनाला जवळ बोलाविले.

"बेटा, पांडवांशी सख्य कर आणि कुलक्षय वाचव."

"अशक्य, अशक्य" असे म्हणत सम्राट दुर्योधन रागारागाने तिथून चालता झाला. त्याचे अनुकरण इतर कौरवांनी व कौरववीरांनी केले. धर्मराज युधिष्ठिर पुढे होऊन म्हणाला,

"तात, काही सेवा..."

"बेटा, जा. धैर्याने अखेरपर्यंत लढ आणि विजयी हो. सध्या प्रजापिता सूर्य दक्षिणेत आहे. तो दोन महिन्यांनी उत्तरेत प्रवेश करील व मी निजधामाला जाईन. तोपर्यंत मी कुलदैवतांचं स्मरण करीत असाच पडून राहीन."

सर्व पांडव जड मनाने निघून गेले.

कौरव-पांडवांचे हे भारतीय युद्ध आणखी आठ दिवस चालले. अठरा अक्षौहिणी सैन्य, कौरव आणि पांडव यांच्यातील फक्त सात वीर सोडून बाकी सर्व धारातीर्थी पडले.

वाचलेले सात वीर म्हणजे पांडव, द्रोणपुत्र अश्वत्थामा व सात्यकी. युद्धसमाप्तीनंतर पांडव, आचार्य गांगेय भीष्मांना भेटण्यास आले. धर्मराज युधिष्ठिर म्हणाला,

"तात, मला दुःख होते की, हा सारा संहार माझ्यामुळे झाला. आता मी राज्य कसा करू?"

“बाळा युधिष्ठिरा, असा शोकाकुल होऊ नकोस. ज्या कृष्ण-वासुदेवाच्या पाठिंब्यावर तुम्ही विजय मिळविलात, तोच कार्यक्षमतेने तुला राजधर्म शिकवील; कारण माझा अंतकाळ जवळ आल्यामुळे मी उरलासुरला वेळ ईश-चिंतनात घालवू इच्छितो.”

कृष्ण-वासुदेव तिथे आला होताच. तो म्हणाला,

“आचार्य, मी तर शुद्ध गोपाळ. मी कधी राज्य केले नाही. राजधर्म सांगण्याचा खरा अधिकार आपलाच. मी आपणास विनंती करतो की, धर्मराज युधिष्ठिरासारख्या सद्‌शिष्याला आपण राजधर्म सांगावा.”

“कृष्ण-वासुदेवा, गोपाला, तुझी विनंती मी आज्ञाच मानतो आणि तुझ्या लाडक्या धर्मराज युधिष्ठिराला राजधर्म सांगतो.”

उत्तरायण होईपर्यंत आचार्य गांगेय भीष्मांनी धर्मराजाला राजधर्म सांगून त्याला त्यात पारंगत केले.

उत्तरायण सुरू झाले.

चंद्रवंशाची शान, मान, प्राण असलेल्या आचार्य गांगेय भीष्मांनी आपली इहलोकीची यात्रा संपविली.

★★★